இந்திராகாந்தி

திருக்குமரன்

சத்யா

Title:

Indhiragandhi

Thirukumaran

ISBN: 978-93-92474-96-5

Title Code : Sathyaa - 082

நூல் தலைப்பு:

இந்திராகாந்தி

நூல் ஆசிரியர்

திருக்குமரன்

முதற் பதிப்பு

07/2024

விலை : ரூ.60/-

பக்கம் : 60

Printed in India

Published by
Sathyaa Enterprises
No.137, First Floor,
Choolaimedu,
Chennai - 600 094.
044 - 4507 4203
Email
sathyaabooks@gmail.com

உள்ளே

1. இந்திரா எனும் பேராளுமை	5
2. வானர சேனா	8
3. வறுமையை விரட்டு....	9
4. தாயாரின் அகால மரணம்	14
5. ஆட்சி பொறுப்பு மறுப்பு	19
6. இந்திரா காந்தியின் காதல் திருமணம்	21
7. நேருவுக்கு பின் பிரதமர் நாற்காலி	23
8. இந்திரா காந்தியின் இந்தி அரசியல்	26
9. இந்திராவைப் பிரதமராக்கிய காமராஜர்	30
10. வங்கதேசத்துக்கு இந்திராவின் ஆதரவு குரல்	32
11. இந்திரா காங்கிரசின் வீழ்ச்சி	39
12. பாதுகாவலரால் சுட்டுக் கொல்லப்பட்டார்	43
13. உலகத் தலைவர்களின் புகழஞ்சலி	
14. கியூபா அதிபர் பிடல் காஸ்ட்ரோ	46
15. இந்திரா காந்தியின் இறுதி நாட்கள் பற்றிய குறிப்புகள்	50

இந்திரா எனும் பேராளுமை

பண்டிட் ஜவஹர்லால்நேருவின் மகளான 1917ம் ஆண்டு நவம்பர் 19ம் தேதி இந்திரா பிரியதர்ஷினி எனும் இந்திரா காந்தி பிறந்தார்.

சுவிட்ஸர்லாந்தின் பெக்ஸ் பகுதியிலுள்ள எக்கோல்நோவல், ஜெனிவாவிலுள்ள எக்கோஇண்டா நேஷனல் பம்பாய் மற்றும் பூனாவில் உள்ள பீப்பிள்ஸ் ஓன்ஸ்கூல், பிரிஸ்டாலிலுள்ள பேட்மிட்டன் ஸ்கூல் விஷ்பாரதி சாந்தி நிகேதன், ஆக்ஸ்போர்ட் சோமார்வில் கல்லூரி போன்ற சிறந்த கல்வி நிறுவனங்களில் இந்திரா காந்தி கல்வி பயின்றார்.

பல்வேறு சர்வதேச பல்கலைக்கழகங்கள் அவருக்கு கௌரவ டாக்டர் பட்டத்தை வழங்கியுள்ளன.

சிறந்த கல்வி பெற்ற குடும்பப் பிண்னணியிலிருந்து வந்த அவருக்கு கொலம்பியா பல்கலைக்கழகம் உயிர்நிலைப்பட்டம் அளித்துள்ளது.

சுதந்திரப் போராட்டத்தில் தன்னை ஈடுபடுத்திக் கொண்ட இந்திராகாந்தி ஒத்துழையாமை இயக்கத்தின் போது காங்கிரஸ் கட்சிக்கு உதவும் வகையில் தனது சிறு வயதிலேயே சர்க்கார் சங்கத்தையும் 1930ல் வானர சேனாவையும் நிறுவினார்.

1942செப்டம்பர் மாதம் அவர் சிறையில் அடைக்கப்பட்டார். காந்தியின் வழி காட்டுதலில் தில்லியில் 1947ல் கலவரத்தால் பாதிக்கப்பட்ட பகுதிகளில் அவர் பணியாற்றினார்.

1942ம் ஆண்டு மார்ச் 26ம் தேதி பெரோஸ் காந்தியை மணந்தார்.

1955ஆம் ஆண்டு காங்கிரஸ் செயற்குழு கமிட்டியில் இந்திரா காந்தி உறுப்பினரானார். அதே ஆண்டில் கட்சியின் பொதுத் தேர்தல் நடைபெற்றது. 1958ம் ஆண்டு காங்கிரஸ் கட்சியின் மத்திய நாடாளுமன்றக் குழுவின் உறுப்பினராக நியமிக்கப்பட்டார்.

அனைத்திந்திய காங்கிரஸ் குழு தேசிய ஒருங்கிணைப்புக்குழுவின் தலைவராகவும் இருந்தார்.

1956ல் அனைத்திந்திய இளைஞர் காங்கிரஸ் தலைவராகவும் பணியாற்றினார். 1959ம் முதல் 1960 வரை இந்திய தேசிய காங்கிரஸ் தலைவராக அவர் பணியாற்றினார். மீண்டும் 1978 ஜனவரி மாதம் அவர் இப்பதவியை ஏற்றார்.

1964 முதல் 1966 வரை மத்திய தகவல் ஒலிபரப்புத்துறை அமைச்சராகப் பணியாற்றினார்.

1966 ஜனவரி முதல் 1977ம் மார்ச் வரை இந்தியாவின் மிக உயரிய பதவியான பிரதமர் பொறுப்பை ஏற்றார்.

1967ல் செப்டம்பர் முதல் 1977 மார்ச் வரை மத்திய அரசு அணுசக்தி துறையின் அமைச்சராகவும் இருந்தார். கூடுதலாக 1967 செப்டம்பர் 5 முதல் 1969 பிப்ரவரி 14 வரை மத்திய வெளியுறவுத்துறை அமைச்சராகவும் பணியாற்றினார்.

1972 ஜுன் முதல் 1977 மார்ச் வரை மத்திய விண்வெளித்துறை அமைச்சராகவும் இருந்தார்.

1980 ஜனவரி 14 முதுல் மீண்டும் பிரதமராக பதவி ஏற்றுக் கொண்டார். மத்திய திட்டக்குழுவின் தலைவராகவும் பதவி வகித்தார்.

திருமதி இந்திராகாந்தி அலகாபாத்தில் கமலா நேரு வித்யபாலயாவை நிறுவினார். 1967 முதல் 1977 வரை ஜனவஹர்லால் நேரு பல்கலைக்கழகம், வடகிழக்கு பல்கலைக்கழகம் போன்ற பெரிய நிறுவனங்களுடன் அவர் இணைந்து செயல்பட்டார்.

1972ல் பாரதி ரத்னா, 1972ல் வங்காள தேசத்தின் விடுதலைக்காக மெக்ஸிசன் கழகத்தின் விடுதலைக்கான விருது ஐ.நா.வின் உணவு மற்றும் வேளாண்மை அமைப்பின் 2வது ஆண்டு விருது போன்ற எண்ணற்ற விருதுகளை பெற்றுள்ளார்.

வானர சேனா

இந்திராவின் தாத்தா மோதிலால் நேரு இந்தியாவின் உத்தரப் பிரதேசத்தில் உள்ள அலகாபத்தில் ஒரு செல்வ வளம் மிக்க வழக்கறிஞர் ஆவார்.

காந்திக்கு முந்தைய காலத்தில் இந்திய தேசிய காங்கிரசில் மோதிலால் நேரு மிக முக்கிய உறுப்பினர்களாக இருந்தார்.

இந்திராவின் தந்தை ஜவஹர்லால் நேரு நன்கு படித்தவரும் இங்கிலாந்தில் பாரிஸ்டர் பட்டம் பெற்ற வருமாவார்.

இந்திராகாந்திருந்த காலத்தில் காந்தியின் தலைமையில் இந்திய சுதந்திர போராட்டத்தில் நேரு நுழைந்தார்.

இந்திரா இளம் பெண்கள் மற்றும் ஆண்களுக்கான வானர சேனா என்ற அமைப்பை ஏற்படுத்தினர். இவ்வானர சேனா அமைப்பு போராட்டங்கள் மற்றும் கொடி அணிவகுப்புகள் ஆகியன நடத்தியதன் மூலமாகவும் காங்கிரஸ் அரசியல் வாதிகளின் உணர்வுப் பூர்வமான வெளியீடுகளை மற்றும் தடை விதிக்கப்பட்டவைகளை விநியோகத்தின் மூலமாகவும் இந்திய சுதந்திர போராட்டத்தில் ஒரு குறிப்பிட்ட சிறு பங்கை வகித்தது.

வறுமையை விரட்டு....

இந்திய பாகிஸ்தான் புதிய ஜனாதிபதி சுல்பிகார் அலி புட்டோவை ஒருவார கால மாநாட்டிற்கு சிம்லாவுக்கு அழைப்பு விடுத்தார்.

பேச்சுவார்த்தைகளின் பல தோல்விகளுக்கு பின்னர் இரண்டு நாட்டு தலைவர்களும் இறுதியில் சிம்லா உடன்படிக்கையில் கையெழுத்திட்டனர்.

இது இருநாடுகளும் காஷ்மீர் பிரச்சனையை பேச்சுவார்த்தைகள் மற்றும் அமைதி வழியில் தீர்ப்பதில் உடன்பட்டிருந்தது.

அமெரிக்காவுடனான உறவுகள் விலகி இருந்த நிலையில் சோவியத்யூனியனுடனான உறவுகள் நெருக்காமல் இருந்தன.

இந்திய பாகிஸ்தானுடனான எல்லைக் கட்டுப்பாட்டுக் கோட்டை ஒரு நிரந்தர எல்லையாக உருவாக்குவதற்காக இந்திரா காந்தி சிலரால் விமர்சிக்கப்பட்டார்.

1971ல் ஆண்டு பொது தேர்தலில் சிறப்பான வெற்றிக்குப் பின்னர் இந்தியாவின் அரசாங்கம் முக்கிய பிரச்சனைகளை சந்தித்தது.

காங்கிரஸ் கட்சியின் உயர்கட்டமைப்பு அதன் எண்ணிலடங்கா பிளவுகளைத் தொடர்ந்து கட்சி இந்திராவின் முழுமையான கட்டுப்பாட்டில் வந்தது. கரீபி ஹட்டாவோ (வறுமையை விரட்டு) என்பது தான் இந்திராகாந்தியின் 1971ம் ஆண்டு கருத்துருவாக இருந்தது.

இந்த பிரச்சாரமும் அதனுடன் சேர்த்து முன்வைக்கப்பட்ட வறுமை ஒழிப்பு திட்டங்களும், கிராமப்புற மற்றும் நகர்ப்புற ஏழை மக்களின் அடிப்படையில் இந்திராவுக்கு ஒரு சுதந்திரமான தேசிய ஆதரவைப் பெற்றுத் தந்தது.

இதனால் மாநிலத்திலும் உள்நாட்டு அரசாங்கத்திலும் இரண்டிலும் செல்வாக்கு பெற்றிருந்த கிராமப்புற சாதிகளும் நகர்ப்புற பெருமக்களும் அரசியலில் செல்வாக்கு பெறுவதை தவிர்க்கும்படி செய்தது.

உள்ளூரில் மட்டும் செயல்படுத்தப்பட்ட போதிலும், வறுமையை விரட்டு எனும் கொள்கை மூலம் உருவாக்கப்பட்ட திட்டங்கள் புது டெல்லியாலும், இந்திய தேசிய காங்கிரஸ் சாட்சியாலும், நிதிஉதவி வழங்கப்பட்டு, விரிவு செய்யப்பட்டு கண்காணிக்கப்பட்டன. அதற்கென ஊழியர்களும் நியமிக்கப்பட்டார்கள்.

பொருளாதார முன்னேற்றத்திற்காக மொத்த நிதியில் சுமார் 4 சதவீதம் ஒதுக்கப்பட்டு மூன்று வறுமை ஒழிப்பு திட்டங்களுக்கு அளிக்கப்பட்டது.

இதில் சிறிதளவு கூட ஒரு போதும் ஏழைகளுக்கு சென்று சேரவில்லை. தேர்தல் முறை கேடு குறித்த அவர் மீதான தீர்ப்புக்கு எதிராக இந்திரா மேல்முறையீடு செய்தார்.

மேலும் ஜனநாயகத்திற்கு இடையுறு செய்வதற்கான திட்டம் இருப்பதாகச் கூறி அவர் முரண்பாடாக அவசரகால நிலைமையை பிரகடனப்படுத்தினார்.

சுமார் 20 மத்திய மந்திரிகள் உட்பட ஆயிரக்கணக்கானவர்கள் கைது செய்யப்பட்டனர். இந்திய ஊடகம் தணிக்கை செய்யப்பட்டது.

1975 ஆகஸ்ட் மாதம் எதிர்க்கட்சியினரை ஆயுதந்தாங்கிய வலிமையுடன் பாராளுமன்றத்திற்கு வெளியே கொண்டு சென்றதுடன், பலரை கைது செய்த நிலையில் அவரின் ஊழல் குற்றங்களில் இருந்து விடுவிக்க மக்களவையில் மசோதா தாக்கல் செய்யப்பட்டது.

எதிர்ப்புப் போராட்டங்களில் பங்குபெற்ற பெரும்பாலான எதிர்க்கட்சியினரை கைது செய்ய உத்தரவிட்டதன் மூலம் இந்திரா காந்தி ஆணையை தக்கவைக்கும் முயற்சியில் இருந்தார்.

பின்னர் அலகாபாத் உயர் நீதிமன்ற முடிவைத் தொடர்ந்து ஏற்பட்ட ஒழுங்கின்மை மற்றும் சட்ட முறையின்மையால் குடியரசு தலைவர் பக்ருதீன் அலி அகமது நாட்டில், அவசரகால நிலையை அறிவிக்க வேண்டும் என்று இந்திராவின் அமைச்சரவையிலும் அரசாங்கமும் கேட்டுக் கொண்டது.

அதன்படி 1975ஜின் 26ல் அரசியல் அமைப்பு 352 பிரிவின் அடிப்படையில் உள்நாட்டு ஒழுங்கின்மையின் காரணமாக நாட்டில் அவசர கால நிலையை குடியரசுத் தலைவர் அறிவித்தார்.

அவசர கால நிலையை இரண்டுமுறை விரிவாக்கியதற்குப் பின்னர் 1977ல் அவரின் ஆட்சியை நியாயப்படுத்த வாக்காளர்களுக்கு ஒரு வாய்ப்பு அளிக்கும் வகையில் இந்திராகாந்தி தேர்தலுக்கு அழைப்பு விடுத்தார்.

ஜனதா கட்சியால் இந்திராகாந்தி எதிர்க்கப்பட்டார். ஜனநாயகம் மற்றும் சர்வாதிகாரத்திற்கு இடையில் ஒரு நல்ல ஆட்சியாளரைத் தேர்ந்தெடுப்பதற்கு இந்தியாவிற்கான கடைசி வாய்ப்புதான் இந்த தேர்தல் என்றது ஜனதா கட்சி.

இந்த தேர்தலில் இந்திராவின் காங்கிரஸ் கட்சி கடுமையான தோல்வியைத் தழுவியது. இந்திரா மற்றும் சஞ்சய் இருவரும்

அவர்களின் தொகுதியில் தோல்வியடைந்தார்கள். 1969ல் இந்திய அரசியல் அமைப்புக்கான தேர்வில் மொராஜிதேசாய் பிரதமராகவும், நீலம் சஞ்சீவி ரெட்டி குடியரசுத் தலைவராகவும் பதவியேற்றார்கள்.

பல்வேறு கூட்டணிப் பூசல்களுக்கு இடையில் ஆட்சி புரிய முடியாமல், ஜனதா அரசாங்கத்தின் உள்நாட்டு மந்திரி சௌத்ரி சரண்சிங் பல குற்றச்சாட்டுகளுக்காக இந்திரா மற்றும் சஞ்சய் காந்தியை கைது செய்ய உத்தரவிட்டார்.

இதில் எந்த குற்றச்சாட்டையும் இந்திய நீதிமன்றத்தில் எளிதாக நிரூபிக்க முடியவில்லை. கைது என்றால் இந்திரா தானாக பாராளுமன்றத்திலிருந்து வெளியேற்றப்படுவார் என்பதைக் குறிக்கிறது.

இந்திராகாந்தி மீதான வெறுப்பின் அடிப்படையில் மட்டும் தான் ஜனதாகட்சி கூட்டணி ஒன்றுபட்டிருந்தது. பொதுவில் சிறுபான்மையுடன் அரசாங்கம் உட்பூசல்களில் சிக்கித் கொண்டிருந்தது. இந்த சூழ்நிலையை பயன்படுத்த முடிந்தது.

மறைமுகமாக அவசரகால நிலையின் போது செய்த தவறுகளுக்காக வருத்தம் தெரிவித்து மீண்டும் அவர் அறிக்கைகள் அளிக்கத் தொடங்கினார்.

1979 ஜுனில் மொராஜிதேசாய் பதவித்துறப்பு செய்தார். சரண்சிங் அரசாங்கத்திற்கு காங்கிரஸ் வெளியில் இருந்து ஆதரவு அளிக்கும் என்று இந்திரா உறுதி அளித்ததைத் தொடர்ந்து சரண்சிங் பிரதம மந்திரிகளாக நியமிக்கப்பட்டார்.

இந்திரா ஒரு சிறிய இடைவெளிக்கு பின்னர் தமது ஆரம்பநிலை ஆதரவைத் திரும்பப் பெற்றார்.

1979 குளிர்காலத்தில் ஜனாதிபதி ரெட்டி பாராளுமன்றத்தைக் கலைத்தார். அதைத் தொடர்ந்து வந்த ஜனவரியில் நடத்தப்பட்ட

தேர்தல்களில் காங்கிரஸ் பெரும்பான்மையுடன் ஆட்சிக்கு திரும்பியது.

1980களில் இந்திராகாந்தியின் அரசாங்கம் விடுதலைப்புலிகளுக்கும் இலங்கையில் இருந்த பிற தமிழ் போராளிகள் குழுக்களுக்கும் பணம் ஆயுதம் மற்றும் ராணுவம் பயிற்சிகளை அளித்தது.

ஆரம்பத்தில் சஞ்சய் காந்தி தான் இந்திரா காந்தியின் தேர்ந்தெடுக்கப்பட்ட அரசியல் வாரிசாக இருந்து வந்தார். ஆனால் ஒரு விமான விபத்தில் அவர் இறந்த பின்னர் விருப்பமற்றிருந்த ராஜுவ் காந்தியை விமான ஓட்டியாக இருந்த அவரின் வேலையை விட்டுவிட்டு 1981 பிப்ரவரியில் அரசியலில் நுழையுமாறு இந்திரா வலியுறுத்தினார்.

இந்திராகாந்தியின் மரணத்திற்குப் பிறகு ராஜுவ் காந்தி பிரதம மந்திரியானார்.

தாயாரின் அகால மரணம்

இந்திராவின் தாயார் கமலா நேருவுக்கு உடல் நலம் மிகவும் மோசமாக இருந்ததால் டாக்டர் கான் வற்புறுத்தலின் பேரில் கமலா இமயமலைக்கு பக்கத்திலிருந்த போவாலி என்ற இடத்துக் கொண்டு செல்லப்பட்டார்.

நேருவும் அந்த இடத்துக்குப் பக்கத்தில் அல்மோரா சிறைச்சாலைக்கு மாற்றப்பட்டார். ஆனால் போவாலியில் தங்கியிருந்து மகலாவின் உடல் நிலையில் அபிவிருத்தி ஏற்படாததைக் கண்டு ஜவஹர்லால் மிகவும் வருத்தமடைந்தார்.

இந்திரா காந்தி ரிசேதனுக்கு வந்து ஓராண்டு முடியும் நேரம். அதுவங்காளத்தில் புத்தாண்டு கொண்டும் சமயம். கல்லூரியிலும் புத்தாண்டு கொண்டாடுவதற்கு ஏற்பாடுகள் செய்யப்பட்டிருந்தன.

விழா அன்று மாலை இந்திராவின் மணிப்புரி நடனத்திற்கு ஏற்பாடு செய்யப்பட்டிருந்தது. மாலை நேரம் நெருங்கிக்

கொண்டிருந்தது. எல்லோரும் இந்திராவின் மணிப்புரி நடனத்தைக் காண ஆவலுடன் இருந்தனர்.

அப்போது அந்த இடத்திற்கு ஒரு ஊழியர் வந்து இந்திராவிடம் அவரை இரவீந்திரநாத் தாகூர் அழைத்து வரும்படி கூறியதாகக் கூறினார். இந்திரா பதற்றத்துடன் தாகூரைச் சந்திக்கச் சென்றார்.

தாகூரின் முகத்தில் படர்ந்திருந்த கவலைக் குறிகளை இந்திரா கண்டார். இந்திராவிற்கு கலக்கம் ஏற்பட்டது. அமைதி கார்த்த தாகூர் ஒரு தந்தியை அவரிடம் நீட்டினார்.

இதயம் படபடக்க இந்திரா தந்தியை வாங்கிப் படித்தார். கமலாவின் உடல்நிலை மிகவும் மோசமாக உள்ளது. உடனே இந்திராவை அலகாபாத்துக்கு அனுப்பி வைக்கவும் தாய்க்குத் துணையாக அவள் இருக்க வேண்டும் ஜவஹர்லால் என்று எழுதப்பட்டிருந்தது.

இந்திராவுக்கு துக்கம் தொண்டையை அடைத்தது. கண்ணீர் வடிய மௌனமாக இருந்தார். சிறிது நேரத்தில பெட்டி படுக்கையை எடுத்துக் கொண்டு நடக்கத் தொடங்கினார். உடன் இருந்தவர்கள் கண்ணீரோடு அந்தக் காட்சியை பார்த்துக் கொண்டே நின்றனர்.

தாகூர் சாந்தி நிதேனத்திலிருந்து எழுதிய கடிதத்தில் இந்திராவை விட்டுப் பிரியும் பொழுது அதிகமான வேதனை அடைந்ததாக எழுதியிருந்தார்.

“இந்திரா இங்கே எங்களுடைய சொத்தாக இருந்தாள். நான் அவளை நுணுக்கமாக கவனித்தேன். நீங்கள் அவளை வளர்த்திருக்கும் முறையைப் போற்றினேன். அவளுடைய ஆசிரியர்கள் ஒரே குரலில் பாராட்டுகிறார்கள். அவள் மாணவர்களிடமும் மிகவும் செல்வாக்கோடுயிருந்தார்.

சாந்திநிகேதனலிருந்து புறப்பட்ட இந்திரா நேரிடையாக தன் அன்னை இருக்குமிடம் சென்று அவருக்கருகில் அமர்ந்து

தேவையான பணி விடைகளைச் செய்து வந்தார்.

கமலா நேருவுக்கோ நோய் நாளுக்கு நாள் அதிகரித்துக் கொண்டே இருந்தது. மருத்துவர்கள் மிகுந்த அக்கறையுடன் சிகிச்சை செய்து வந்தனர்.

கமலா நேருவின் உடல் நிலை நாளுக்கு நாள் தளர்ந்து வந்தது. மீண்டும் அவரை மேல் சிகிச்சைகளை ஐரோப்பாவிற்கு கொண்டு செல்ல வேண்டும் என்று மருத்துவர்கள் கூறினர்.

1935 செப்டம்பர் 4ம் தேதியன்று நேருவின் மனைவி ஆபத்தான் நிலையில் இருப்பதாகவும், அதனால் அவருடைய சிறைத் தண்டனையை நிறுத்திவைக்கவும், ஐரோப்பாவுக்குச் செல்ல அவரை அனுமதிக்கவும், அரசாங்கம் முடிவு செய்திருப்பதாக நேருவிடம் தெரிவிக்கப்பட்டது.

கமலா நேரு ஜெர்மனியில், ஷ்வார்ட்ஸ் வால்ட் என்ற இடத்தில் சிகிச்சை பெற்றுக் கொண்டிருந்தார். ஆனால் மலைக்காற்றோ மருந்துகளோ இனிமேல் பயனில்லாத நிலைக்கு வந்துவிட்டார். அவர் மெதுவாக செத்துக் கொண்டிருந்தார்.

அவர் உடலில் உயிரின் சிற்றொளி கூட அநேகமாக இல்லை. ஜவஹர்லால் நேருவும் இந்திராவும் அங்கே வந்ததும் அவர் உடல் நிலையில் சிறிது முன்னேற்றம் ஏற்பட்டது.

துயரில் இருந்த இந்திராவுக்கு ஆறுதலே கூற யாருமே இல்லை. இந்திராவின் இளவயது நண்பரான பரோஸ்காந்தி என்பவர் அப்போது இலண்டனில் படித்துக் கொண்டிருந்தார். அவருக்கு இந்திரா இருக்கும் நிலை தெரிய வந்தது.

அதைப் பற்றிக் கேள்விப்பட்டவுடன் மிகவும் மனம் வருந்தினார். நேரு குடும்பத்தை அவருக்கு மிகவும் பிடிக்கும். அதனால் கமலா நேருவுக்கும், இந்திராவுக்கும் துணையாக இருந்து உதவ வேண்டும் என்று விரும்பினார்.

பெராஸ் காந்தி தனது படிப்பைப் பாதியிலேயே நிறுத்தி

ஜெர்மனி விரைந்தார். அவரைக் கண்டதுமே கமலா நேருவும், இந்திராவும் ஆறுதலும், சற்றுத் தெளிவும் பெற்றனர். அவர் அவர்களுக்கு மிகவும் உதவியாக இருந்தார்.

ஆனால் கமலாவின் உடல் நிலையில் முன்னேற்றம் ஏற்படவே இல்லை. நாளுக்கு நாள் மோசமாகிக் கொண்டே இருந்தது. பிழைப்பது அரிது என்ற கட்டம் வந்துவிட்டது.

இந்தியாவில் சிறை வாசத்திலிருந்த ஜவஹர்லால் நேருவுக்கு தந்தி கொடுக்கப்பட்டது. தந்தியைக் கண்ட ஆங்கில அரசாங்கம் நேருவை விடுதலை செய்தது. உடனே ஜெர்மனிக்கு விரைந்தார்.

கமலாவின் உடல் நிலையில் சிறிதும் மாற்றம் ஏற்படவில்லை. மூவரையும் அழைத்துக் கொண்டு நேரு சுவிட்சர்லாந்துக்கு சென்றார். சுவிசசர்லாந்தின் சூழ்நிலை, தட்பவெப்பம் கமலா நேருவுக்குப் பொருத்தமாக இருந்தன. ஓரளவு குணம் அடைந்தார்.

மருத்துவர்கள் ஜவஹர்லாலை அருகிலிருந்து கவனிக்கும்படி அறிவுறுத்தினார். மிகுந்த எச்சரிக்கை தேவை. இந்தியப் பயணத்தை ஒத்தி வைக்க வேண்டும் என்று கூறினார். அதன்படி நேரு பயணத்தைை ரத்து செய்தார். கமலா அருகில் இருந்து நேருவும் மகளும் கவனித்து வந்தனர். நிலையை மோசமாகிக் கொண்டே வந்தது.

1936 பிப்ரவரி *28*ம் நாள் கமலா நேருவின் உயிர் பிரிந்தது. சுவிட்சர்லாந்தில் ஆறுதல் கூறுவாரின்றி நேருவும் இந்திராவும் துயரத்தில் ஆழ்ந்தனர். அங்கேயே கமலாவின் உடல் தகனம் செய்யப்பட்டது.

ஒரு கலசத்தில சிறிது அஸ்தியை மட்டும் எடுத்துக் கொண்டார். சில நாட்கள் தந்தையும், மகளும் லாசேன் நகரில் தங்கியிருந்தார்கள்.

அப்போது முசோலின் சந்திக்க விரும்பியதும் ஜவஹர்லால் நேரு, ஏகாதிபத்திய வாதியை சந்திக்க முடியாது என மறுத்து விட்டார். மகள் இந்திராவுடன் நேரு இந்தியா திரும்பினார்.

அஸ்தி கலசத்துடன் வந்த ஜவஹர்லால் நேருவை வரவேற்க மும்பை விமான நிலையத்தில் தலைவர்களும் பொது மக்களும் திரண்டிருந்தனர்.

விமானத்திலிருந்த இறங்கிய நேருவையும், இந்திராவையும், நேருவின் தங்கைகள் விஜயலட்சுமி, கிருஷ்ணா மற்றும் தலைவர்கள் கண்ணீருடன் அவர்களை எதிர் கொண்டனர்.

பின்னர் கமலா நேருவின் அஸ்தியை அலகாபாத்துக்கு எடுத்துச் சென்று அன்னை சொரூபராணி முன்வைத்து வணங்கினர்.

இந்திரா தேம்பித் தேம்பி அழுதார், கங்கை நீரில் கரைத்தார். தன்னுடைய அன்னையின் சாம்பலில் ஒரு சிறுபகுதியை அவர் தன்னுடைய கடைசி நாட்கள் வரை வைத்திருந்தார்.

ஆட்சி பொறுப்பு மறுப்பு

நேரு உயிருடன் இருந்த காலத்தில் தனது ஒரே வாரிசான இந்திரா பிரியதர்ஷினியை ஆட்சிப் பொறுப்பில் அமர வைக்கவில்லை. நேருவின் உதவியாளராகவே இந்திரா செயல்பட்டார்.

1959ம் ஆண்டு டெல்லி காங்கிரஸ் கட்சியின் தலைவராக தேர்ந்தெடுக்கப்பட்டார். ஆனால் 1960ல் நீலம் அஞ்சீவரெட்டி காங்கிரஸ் தலைவரானார்.

1950ல் சர்தார் வல்லாபாய் படேல் இறந்த பிறகு நேரு படேலின் பிள்ளைகள் குறித்து அக்கறை எடுத்துக் கொண்டார்.

இந்திராவின் மீது காட்டிய அதே அக்கறையை சர்தார் படேலின் மகள் மணிபென் படேல் மீதும் நேரு காட்டினார். 1952க்கு முன்னரே பொதுத் தேர்தலில் போட்டியிட அவருக்கு வாய்ப்பு கொடுத்தார் நேரு.

மணிபென் படேல் தெற்கு கைரா நாடாளுமன்றக் தொகுதியில் வெற்றி பெற்றார். 1957ல் ஆனந்த் நாடாளுமன்றத் தொகுதியில் இருந்து தேர்ந்தேடுக்கப்பட்டார். 1964ல் காங்கிரஸ் அவரை மாநிலங்களவைக்கு அனுப்பியது.

1953 முதல் 1956 வரையிலான கால கட்டத்தில் குஜராத் மாநில காங்கிரஸ் கமிட்டி செயலராகவும் 1957 முதல் 1964 வரை குஜராத் மாநிலத் தலைவராகவும் பொறுப்பு வகித்தார் அவர்.

நேருவின் கால கட்டத்தில் காங்கிரஸில் மணிபென் படேலுக்கு மிகுந்த மரியாதை வழங்கப்பட்டது. அதேபோல் வல்லபாய் படேலின் மகன் தஹ்பாய் படேலுக்கும் காங்கிரஸ் சிறப்பான மரியாதையை வழங்கியது.

1957 மற்றும் 1962ல் நாடாளுமன்றத்திற்கு காங்கிரஸ் சார்பில் தேர்ந்தெடுக்கப்பட்ட அவர் 1973 முதல் தனது வாழ் நாள் இறுதி வரை மாநிலங்களவை உறுப்பினராக பதவி வகித்தார்.

சர்தார் படேலின் மகனும் மகளும் ஒரே சமயத்தில் மக்களவைக்கும், மாநிலங்களவைக்கும் அனுப்பப்பட்டனர். ஆனால் தனது ஒரே வாரிசான இந்திராவுக்கு நேரு அந்த வாய்ப்பை தனது வாழ்நாளில் வழங்கவில்லை.

இந்திரா காந்தியின் காதல் திருமணம்

ஐரேப்பா மற்றும் இங்கிலாந்தில் இந்திரா காந்தி வாழ்ந்த ஆண்டுகளில் அரசியலில் செயல்பட்டு வந்த பெரோஸ் காந்தி பின் பார்சி இளைஞரை சந்தித்தார்.

இந்திரா மற்றும் பெரோஸ் காந்தி இந்தியாவிற்குத் திரும்பிய போது அவர்கள் காதலர்களாக இருந்தார்கள். மருத்துவர்களின் ஆலோசனைகளுக்கு இடையில் திருமணம் செய்து கொள்ள தீர்மானித்தார்கள்.

பெரோசின் திறந்த மனப்பான்மை, நகைச்சுவை உணர்வு, மற்றும் தன்னம்பிக்கை ஆகியவை இந்திராவிற்கு பிடித்திருந்தது.

இவ்வளவு விரைவாக அவர் மகள் திருமணம் செய்து கொள்வதை நேரு விரும்பவில்லை. மேலும் அவர்களின் காதல் உறவை பிரிக்க மகாத்மா காந்தியின் உதவியையும் நாடினார்.

காதலில் இருந்த இந்திரா மிகவும் பிடிவாதமாக இருந்தார். 1942 மார்ச்சில் இந்து முறைப்படி திருமணம் நடந்தது.

பெரோசும் இந்திராவும் இருவருமே இந்திய தேசிய காங்கிரசின் உறுப்பினர்களாக இருந்தனர்.

1942ல் வெள்ளையனே வெளியேறு போராட்டத்தில் அவர்கள் பங்கெடுத்த போது இருவருமே கைது செய்யப்பட்டார்கள்.

சுதந்திரத்திற்குப் பின்னர் தேர்தலில் களம் இறங்கிய பெரோஸ், உத்தர பிரதேசத்தில் இருந்து பாராளுமன்ற உறுப்பினராக தேர்ந்தெடுக்கப்பட்டார்.

ராஜிவ் காந்தி மற்றும் சஞ்சய் காந்தி ஆகிய இரண்டு மகன்கள் பிறந்த பின்னர் ஏதோ சில கருத்து வேறுபாடுகளால் 1958 வரை இந்த தம்பதியினர் பிரிந்து வாழ்ந்தார்கள்.

பெரோஸ் மாரடைப்பால் பாதிக்கப்பட்ட போது, அவர்களின் உடைந்த திருமண வாழ்வு மீண்டும் இணைந்தது. ஆனால் 1960 செப்டம்பரில் பெரோஸ் மரணமடைந்தார்.

1959 மற்றும் 1960ன் போது இந்திய தேசிய காங்கிரஸ் தலைவர் பதவிக்காக நின்ற இந்திரா காந்தி அதில் தேர்ந்தேடுக்கப்பட்டார்.

அவரின் பதவிக்காலம் குறிப்பிடத்தக்கதாக இல்லை. தந்தையின் பிரதிநிதியாக நடிக்க வேண்டியிருந்தது.

நேருவுக்கு பின் பிரதமர் நாற்காலி

ஜவஹர்லால் நேரு 1964 மே 27ல் திடீரென மரணமடைந்தார். புதிய பிரதமமந்திரி லால்பகதூர் சாஸ்திரியின் வற்புறுத்தலின் பேரில் இந்திய தேர்தல்களில் போட்டியிட்டு உடனடியாக தகவல் மற்றும் ஒளிபரப்புத்துறை அமைச்சராக நியமிக்கப்பட்டதன் மூலம் இந்திய அமைச்சரவையிலும் இந்திராகாந்தி பங்கெடுத்தார்.

இந்தி மொழி பேசாத மாநிலமான தமிழ் நாட்டில் இந்தி தேசிய மொழியாக ஆக்கப்பட்டதன் காரணமாக எழுந்த போராட்டங்கள் காரணமாக இந்திரா சென்னை விரைந்தார்.

அங்கு அரசாங்க அதிகாரிகளுடன் பேசிய அவர் சமுதாய தலைவர்களின் கோபத்தை மட்டுப்படுத்தியதுடன், பாதிக்கப்பட்ட பகுதிகளின் மறுகட்டுமான முயற்சிகளையும் பார்வையிட்டார்.

தாங்கள் காட்டித் தவறிய இது போன்ற முனைப்பால் லால்பகதூர் சாஸ்திரியும், பிறமுக அமைச்சர்களும் வியப்படைந்தார்கள்.

ஊடக ஆர்வளராகவும், அரசியல் மற்றும் தனிச்சிறப்பை உருவாக்குவதிலும் அவர் தனித்திறன் பெற்றிருந்தார்.

1965ல் இந்திய பாகிஸ்தான் போர் நடந்து கொண்டிருந்த போது இந்திராகாந்தி, ஸ்ரீநகர், பிராந்திய எல்லைகளில் ஓய்வெடுத்துக் கொண்டிருந்தார்.

பாகிஸ்தான் போராளிகள் நகரத்திற்கு மிகநெருக்கமாக ஊடுருவி இருந்ததாக இராணுவத்தால் எச்சரிக்கை செய்யப்பட்டிருந்த போதிலும் அவர் ஜம்முவிற்கோ அல்லது டெல்லிக்கோ செல்ல மறுத்துவிட்டார். மாறாக உள்ளூர் அரசாங்கத்தை கூட்டியதுடன் ஊடக கவனத்தையும் ஈர்த்தார்.

பாகிஸ்தானின் தாக்குதல் வெற்றிகரமாக முறியடிக்கப்பட்டது. 1966 ஜனவரியில் தாஷ்கந்து என்ற இடத்தில் ரஷ்யாவின் முன்னிலையில் பிரதம மந்திரி லால்பகதூர் சாஸ்திரி பாகிஸ்தானின் அயூப்கானுடன் ஓர் அமைதி உடன்படிக்கையில் கையெழுத்திட்டார்.

இதற்கு ஒரு சில மணிநேரங்களுக்குப் பின்னர் சாஸ்திரி மாரடைப்பால் காலமானார். இந்த நிலையில் இந்திரா காந்தியை பிரதம மந்திரியாக்கும் முயற்சி நடைபெற்றது.

மொராஜிதேசாய் எதிர்ப்பு தெரிவித்த போதிலும் இந்திராகாந்தியை பிரதம மந்திரியாக்குவதில் இந்திய தேசிய காங்கிரஸின் தலைவர் கே.காமராஜர் ஒரு கருவியாக இருந்தார்.

மொராஜிதேசாய் பின்னர் காங்கிரஸ் பாராளுமன்ற கட்சி உறுப்பினர்களால் தோற்கடிக்கப்பட்டார்.

இதில் இந்திராகாந்தி 355க்கு 169 வாக்குகள் பெற்று மெராஜிதேசாயியைத் தோற்கடித்து இந்தியாவின் பிரதம மந்திரியானார்.

1966ல் இந்திராகாந்தி தலைமை அமைச்சரான போது காந்தியின் தலைமையிலான பொதுவுடைமைவாதிகள் மற்றும் மொராஜிதேசாய் தலைமையிலான பழமைவாதிகள் என காங்கிரஸ் இரண்டு பிரிவுகளாக பிரிந்திருந்தது.

இந்த உட்பூசல்கள் 1967 தேர்தல்களில் எதிரொலித்தது. இத்தேர்தலில் காங்கிரஸ்

545–மக்களவை இடங்களில் 297–இடங்களை வென்று 60–இடங்களுக்கு மிகக்குறைந்த வாக்கு வேறுபாட்டில் தோல்வியடைந்தது.

இந்திராகாந்தி, மொராஜிதேசாயை இந்தியாவின் துணை பிரதமமந்திரியாக்கி, நிதி மந்திரியாகவும் நியமிக்க வேண்டியதாயிற்று.

1969ல் தேசாய் முரண்பாட்டுக்குப்பின் இந்திய தேசிய காங்கிரஸ் உடைந்தது அதற்கடுத்த இரண்டு ஆண்டுகள் அவர் பொதுவுடமை வாதிகள் மற்றும் கம்யூனிஸ்டு கட்சிகளின் ஆதரவில் ஆட்சி புரிந்தார்.

அதே ஆண்டில் 1969 ஜீலையில் இந்திரா வங்கிகளை தேசிய மயமாக்கினார்.

1971ல் பாகிஸ்தான் ராணுவம் கிழக்கு பாகிஸ்தானின் உள்நாட்டு மக்களுக்கு எதிராக பரந்த அளவிலான அட்டூழியங்களை நடத்தியது. பத்து மில்லியன் அகதிகள் இந்தியாவுக்கு வந்தனர்.

இதனால் நாட்டில் நிதி தட்டுப்பாடும், உறுதியற்ற நிலையும் ஏற்பட்டது. அகதிகள் பிரச்சனை தீர்க்க கிழக்கு பாகிஸ்தானியர்கள் அவர்களின் சுதந்திரத்தை அடையவும் உதவும் வகையில் இந்திராகாந்தி பாகிஸ்தான் மீது போர் அறிவித்தார்.

ரிச்சர்டு நிக்சன் தலைமையிலான அமெரிக்கா பாகிஸ்தானுக்கு ஆதரவளித்ததுடன் போர் தொடுத்ததற்காக இந்தியாவை எச்சரிக்கும் வகையில் ஐக்கிய நாடுகள் அவையில் தீர்மானமும் நிறைவேற்றியது.

1971 பாகிஸ்தானுடனின் போரில் இந்திரா வெற்றி பெற்றது. பங்களாதேஷ் உருவானது.

இந்திரா காந்தியின் இந்திய அரசியல்

நேருவின் மகள், நாட்டின் முதல் பெண் பிரதமர், இந்தியாவின் இரும்புப் பெண்மணி பாகிஸ்தானிலிருந்து வங்காள தேசம் பிரிந்து தனிநாடாக உருவாகக் காரணமானவர், நாட்டில் அவசர நிலையைப் பிரகடனப்படுத்தியவர், தனது பாதுகாவலர்களாலேயே சுட்டுக் கொல்லப்பட்டவர் என இந்திய அரசியலில் இந்திரகாந்தி ஏற்படுத்திய சுவடுகளும் தாக்கமும் காலத்தால் அழியாத வரலாறு.

முன்னாள் பிரதமர் ஜவஹர்லால் நேரு, கமலா தம்பதியினரின் ஒரே வாரிசான இந்திரா பிரியதர்ஷினி நவம்பர் 19, 1917 அன்று அலகாபாத் நகரில் பிறந்தார்.

தனது தந்தையும், தாத்தா மோதிலால் நேருவும் சுதந்திர போராட்டத்தில் ஈடுபட்டு சிறை சென்றவர்கள் என்பதால் இயல்பாகவே இந்திராவின் ரத்தத்தில் தேசப்பற்று கலந்திருந்தது.

பெரோஸ் காந்தியுடன் இணைந்து சுதந்திர போராட்டத்தில் ஈடுபட்ட போது காதல் மலர்ந்ததை அடுத்து அவரை மணம் முடித்தார்.

இந்திரா, பெரோஸ்காந்தி தம்பதிக்கு ராஜீவ் காந்தி, சஞ்சய் காந்தி என இரண்டு மகன்கள் பிறந்தனர்.

1947ல் நாடு சுதந்திரம் பெற்று 1952ல் ஆண்டு நாட்டின் முதல் மக்களவைத் தேர்தல் நடைபெற்றது. முதல் பிரதமராக இந்திராவின் தந்தை ஜவஹர்லால் நேரு பதவியேற்றுக் கொள்ளவே, தந்தையின் அரசியல் வாழ்க்கையை அருகிலிருந்து கற்றுக் கொண்டார்.

கணவர் பெரோஸ் காந்தி 1960ம் ஆண்டிலும், அதைத் தொடர்ந்து தந்தை நேரு 1964ம் ஆண்டிலும் காலமான பிறகு முழுநேர அரசியலில் குதித்தார் இந்திரா.

நேரு மறைவுக்குப் பின் லால்பகதூர் சாஸ்திரி பிரதமராக தேர்வு செய்யப்பட்டார். அவரது அமைச்சரவையில் இந்திரா காந்தி மத்திய தகவல் ஒலிபரப்புத்துறை அமைச்சராக பொறுப்பேற்றார்.

ஆனால் லால்பகதூர் சாஸ்திரி திடீரென காலமாகவே நாட்டின் இடைக்கால பிரதமராக குல்சாரிலால் நந்தா பொறுபேற்றுக் கொண்டார்.

அவரைத் தொடர்ந்து நாட்டின் 3வது பிரதமராக முதல் பெண் பிரதமராக இந்திரா காந்தி பொறுபேற்றுக் கொண்டார்.

1967, 1971 மற்றும் 1980ம் ஆண்டுகளில் நடைபெற்ற மூன்று பொதுத் தேர்தல் அளவிலும் இந்தியாவின் பிரதமர் பதவியை அலங்கரித்தார்.

வங்கிகளை தேசிய மயமாக்கியது. மன்னர்களுக்கு மானியம் வழங்கும் முறையை ரத்து செய்தது, நிலச் சீர்திருத்தச் சட்டம் நிறைவேற்றியது, பசுமைப் புரட்சியின் மூலம் உணவு உற்பத்தியில் தன்னிறைவு அடையச் செய்தது, சிக்கீம் பகுதியை இரவோடு இரவாக இந்தியாவோடு இணைத்தது, எல்லாம் வரலாற்றில் மகுடம் சூட்டத்தக்க சாதனைகளாகும்.

அது மட்டுமின்றி அணு ஆயுத சோதனை நடத்தி இந்தியாவை அணு ஆயுதம் பலம் வாய்ந்த நாடாக உலகிற்கு பிரகடனம்

செய்தது, வெளியுறவுக் கொள்கையில் புதிய பாதையை வகுத்தது, என இந்திரா காந்தியின் 15 ஆண்டு கால ஆட்சியில் அவரது சாதனைகளை பட்டியலிட்டால் அது நீண்டு கொண்டே போகும்.

இந்திரா காந்தியின் ஆட்சிக்காலத்தில் அவசர நிலைப் பிரகடனம் ஒரு கரும்புள்ளியாக பார்க்கப்பட்டது. ஆனால் தவறை உணர்ந்து மன்னிப்பு கேட்கிற நேர்மையும், அவசர நிலைப் பிரகடனத்தை ரத்து செய்துவிட்டு தேர்தலை சந்திக்கும் தைரியமும் இந்திராவுக்கு இருந்தது.

தேர்தலில் தோல்விக்குப் பிறகு மூன்றே ஆண்டுகளில் மக்களிடம் இழந்த நம்பிக்கையை மீட்டெடுத்தார் அவர்.

1980 நாடாளுமன்றத் தேர்தலில் இந்திரா காந்தி தலைமையில் காங்கிரஸ் கட்சி 374 இடங்களில் மகத்தான வெற்றியடைந்தது. ஆனால் அச்சமயத்தில் இந்திரா காந்தி புதிய சவால்களை சந்திக்க வேண்டியிருந்தது.

பஞ்சாபில் சீக்கியர்கள் எளிதாக தனியாக காலிஸ்தான் கோரிக்கை வைத்து கிளர்ச்சி தொடங்கினார்கள்.

தேசத்தின் ஒற்றுமைக்கும் ஒருமைப்பாட்டிற்கும் பெரிய சவாலாக அந்த இயக்கம் வளர்ந்து வருவதாக கருதியது அரசு!

1984ம் ஆண்டில் பொற் கோவிலில் ஆயுதங்களை குவித்துக் கொண்டு பதுங்கியிருந்த சிக்கிய பிரிவினைவாதிகளை 'ஆபரேஷன் புளூஸ்டார்' என்ற பெயரில் ராணுவத்தினர் பொற்கோவிலுக்குள் நுழைந்து தாக்கியதன் மூலம் சீக்கியத் திவிரவாதம் முடிவுக்கு வந்தது.

ஆனால் பொற்கோவிலுக்குள் ராணுவத்தை அனுப்பியது சீக்கியர்கள் மத்தியில் சர்ச்சைகளையும் கொந்தளிப்பையும் ஏற்படுத்தியது.

இந்திராவின் சீக்கிய பாதுகாவலர்களால் அவரது உயிருக்கு ஆபத்து என்று உளவுத்துறை எச்சரித்தது. உயிரையே இழக்க

நேர்ந்தாலும் மதத்தின் அடிப்படையில் தனது பாதுகாவலர்களை மாற்ற இந்திராகாந்தி மறுத்துவிட்டார்.

இச்சூழலில் பொற்கோயில் தாக்குதலுக்கு பழிவாங்கும் நடவடிக்கையாக இந்திராகாந்தியின் இரு சீக்கிய மெய்க் காவலர்களால் 1984ம் ஆண்டு அக்டோபர் 31ம் தேதி அவர் சுட்டுக்கொல்லப்பட்டார்.

தேசம் பிளவுபட்டுவிடக் கூடாது என்பதற்காக 66வயதில் தனது உயிரையே அர்ப்பணித்தார் இந்த இரும்புப் பெண்மணி.

தமது உயிருக்கு எந்த நேரமும் ஆபத்து ஏற்படலாம் என்பதை முன்கூட்டியே அறிந்திருந்ததோடு மட்டுமல்லாமல் அதை எதிர்கொள்ளவும் தயாராகவே இருந்தார் இந்திராகாந்தி.

இந்திரா கொல்லப்படுவதற்கு முதல் நாள் மாலையில் ஒடிசா மாநிலத்தில் நடந்த ஒரு பொதுக் கூட்டத்தில் உரையாற்றுகையில் 'இன்று நான் இங்கிருக்கிறேன். நாளை இருப்பேனா என்று தெரியாது. என்னைச் கொல்வதற்கு எத்தனை முயற்சிகள் நடைபெற்றன என்பதையாரும் அறிய மாட்டார்கள்.

வாழ்வு, சாவுபற்றி நான் கவலைப்படவில்லை. நான் கணிசமான காலம் வாழ்ந்து விட்டேன். அந்தக் காலத்தை நாட்டுக்காகவும் நாட்டு மக்களுக்காகவும் செலவிட்டதில் பெருமைப்படுகிறேன். நான் சிந்தும் ஒவ்வொரு துளி ரத்தமும் இந்த நாட்டை வளப்படுத்தும் பலப்படுத்தும் என்று குறிப்பிட்டிருந்தார்.

இந்திராவைப் பிரதமராக்கிய காமராஜர்

அகில இந்திய அளவில் காமராஜரின் செல்வாக்கு கட்சியினரின் மரியாதைக்குரியதாக இருந்தது. அதனாலேயே 1964ல் ஜவஹர்லால் நேரு இறந்தவுடன் இந்தியாவின் தலைமை அமைச்சராக லால் பகதூர் சாஸ்திரியை முன் மொழிந்து காமராஜர் சொன்ன கருத்தினை அனைவரும் ஏற்றனர்.

1966ல் லால் பகதூர் சாஸ்திரி திடீர் மரணத்தின் போது ஏற்பட்ட அசாதாரண அரசியல் சூழ்நிலையின் போது இந்திராகாந்தியை பிரதம மந்திரியாக கொண்டு வந்ததில் காமராஜருக்கு கணிசமான பங்கு இருந்தது.

காமராஜருக்கு இந்திராகாந்தியுடன் ஏற்பட்ட பிணக்கு காரணமாக காங்கிரஸ் கட்சி இரண்டாக உடையும் நிலை ஏற்பட்டது.

காமராஜரின் தலைமையிலான சிண்டிகேட் காங்கிரஸ் தமிழக அளவில் செல்வாக்குடன் திகழ்கிறது.

ஆனாலும் திராவிட முன்னேற்றக் கழகத்தின் மாபெரும் வளர்ச்சியால் அதன்பலம் குன்றி போக காமராசர் தன்னுடைய அரசியல் பயணத்தை தமிழக அளவில் சுருக்கிக் கொண்டார். தமிழக ஆட்சியாளர்கள் தவறுகளை சுட்டிக்காட்டி வந்தார்.

இந்திராகாந்தி நெருக்கடி நிலையினை அமல் செய்த போது அதனைக் கடுமையாக எதிர்த்தவர்களில் காமராஜரும் ஒருவர்.

இந்தியாவின் அரசியல் போக்கு குறித்து மிகுந்த குறையும் கவலையும் கொண்டிருந்த நிலையில் காமராஜர் இருந்தார்.

இந்தியாவின் விடுதலைக்கு பாடுபட்ட ஜெயபிரகாஷ் நாராயணன், மொரார்ஜிதேசாய் மற்றும் பல தலைவர்கள் இக்காலகட்டத்தில் இந்திரா காந்தி அரசால் கைது செய்யப்பட்டனர்.

அக்டோபர் 2 காந்தியடிகள் பிறந்த நாளன்று அவர்கள் விடுதலை செய்யப்பட்டார்கள் என்று எதிர்பார்த்திருந்தார்கள். ஆனால் அன்று ஆச்சர்யம் கிருபாளணியம் கைது செய்யப்பட்டார் என்ற செய்தியை கேட்ட அன்றே உயிர் துறந்தார் காமராஜர்.

1975 அக்டோபர் திங்கள் 2ம் நாள் மதிய உறக்கத்திற்குப் பின்னர் காமராஜரின் உயிர் பிரிந்தது.

அவர் இறந்த போது பையில் இருந்த சிறிதளவு பணத்தை தவிர வேறு வங்கிக் கணக்கோ சொந்த வீடோ வேறு எந்தவித சொத்தோ காமராஜரிடம் இல்லை. தன் வாழ்நாள் இறுதிவரை வாடகை வீட்டிலேயே வசித்து வந்தவர் காமராஜர்.

வங்கதேசத்துக்கு இந்திராவின் ஆதரவு குரல்

அந்த நிமிடம் வரை பாகிஸ்தானின் உள்நாட்டுப் பிரச்சனையாக இருந்த விஷயத்தில் இந்தியப் பிரதமர் இந்திராகாந்தி தலையிட வேண்டியதாயிற்று.

ஏனெனில் கால் நடையாகவும், மாட்டு வண்டிகளிலும் கழுதைகள் மீதும் ஏறி பங்காளதேஷ் எல்லை கடந்து இந்தியாவுக்கு வந்து குவியத் தொடங்கிவிட்டார்கள் மக்கள்.

சொத்து சுகங்களை இழந்து அடுத்த வேளை உணவே கேள்விக்குறியான நிலையில் ஆதரவு தேடி வந்த மக்களின் எண்ணிக்கை ஆயிரத்தில் துவங்கி லட்சங்களைத் தாண்டி ஓரிரு மாதங்களில் ஐம்பது லட்சத்தைத் தொட்ட போது மிரண்டு போய்விட்டது இந்தியா.

சராசரியாக ஒரு நாளைக்கு அறுபதாயிரம் பேர் பங்களாதேஷிலிருந்து அகதிகளாக எல்லை கடந்து வந்து சேர அவர்களுக்கான உணவு தங்குமிடம் தருவதில் கடும் நெருக்கடி ஏற்பட்டது.

இந்தியப்பிரதமர் இந்திராகாந்தி எல்லையில் வந்து குவியும் அகதிகளை கவனிக்க உடனடியாக ஒரு தனிப்படை அமைத்தார். பதற்றம் ஏற்பட்டால் சமாளிக்கும்விதமாக இந்திய ராணுவமும்

உஷார்படுத்தப்பட்டது. அகதிகளுக்கு தேவையான மருத்துவ வசதிகள் தொற்று நோய் தடுப்பு நடடிவக்கைகள் என சுமார் ஓராண்டுகாலம் தொடர்ந்து காப்பாற்றி வந்தது இந்திய அரசு. இந்தப் பிரச்சனை ஐ.நா.சபை வரை சென்றது.

ஐ.நா.வில் பாகிஸ்தான் இது எங்கள் சொந்த நாட்டுப் பிரச்சனை இதில் இந்தியா தலையிடக்கூடாது என்று கூறியது.

அதனை கேட்ட கோபமடைந்த இந்திரா காந்தி இது உங்கள் நாட்டுப் பிரச்சனை என்றால் ஐம்பது லட்சம் அகதிகளையும் திரும்ப அழைத்துக் கொள்ள வேண்டியதுதானே என்று கேட்டார்.

பாகிஸ்தானிடம் அதற்கு பதில் இல்லை. காரணம் இந்தியாவுக்கு தப்பிவந்த ஒரு பங்களாதேஷியும் திரும்பிச் செல்லத் தயாராகயில்லை. அப்படித் திரும்பினால் நிச்சயம் அவர்களை முஜிபுர் ஆதரவாளர்கள் என்று கூறி பாகிஸ்தான் சுட்டுக் கொன்று விடும் அஞ்சினார்கள்.

எனவே இந்திய அரசு அவர்களை திருப்பி அனுப்பாமல் அகதிகளுக்கு நிவாரண நிதி திரட்டி அவர்களைக் காப்பாற்றி வந்தது.

இந்தியா உலக நாடுகள் அனைத்திற்கும் தூதுக்குழுக்களை அனுப்பி வங்க தேச பிரச்சனைபற்றி எடுத்துக் கூறிவந்தது.

உலக நாடுகளும் பாகிஸ்தானிடம் முஜிபுர்ரஹ்மானை விடுதலை செய்யும்படியும், மக்களைக் கொல்லாதிருக்க படியும் கேட்டுக் கொண்டனர்.

ஆனால் பாகிஸ்தான் அதற்கு செவி சாய்க்கவில்லை. இராணுவ ஆதிக்கமும் ஓயவில்லை. ராணுவத்தின் கொலை, கற்பழிப்பு போன்றவைகளை அப்பாவி மக்களிடம் தொடர்ந்து நடந்து வந்தது.

பங்களாதேஷ் புரட்சிப் படைகளை முக்திவாஹினுக்கு இந்தியா ஆயுதங்கள் சப்ளை செய்கிறது என்று ஒரு குண்டைத் தூக்கி போட்டார் யாகிஸ்கான்.

ஒருபுறம் ரஷ்யா இதனை வன்மையாக கண்டித்தது. ஏதாவது விவகாரமான சம்பவம் நடந்தால் சீனா பாகிஸ்தானைத்தான் ஆதரிக்கும் என்று போரை எதிர்நோக்கி முன்னறிவிப்பு செய்தார் சீனப்பிரதமர் சூ என்லாய்.

அச்சமயம் லக்னோவில் இருந்தார் இந்தியா காந்தி. சூ என்லாயி பேச்சை சுட்டிக்காட்டி பத்திரிகையாளர்கள் போர் மூளுமா என்ற போது எப்படி என்று துளைத்தெடுக்க, அது தெரியாது ஆனால் சினா பாகிஸ்தானுக்கு உதவி செய்தாலும் இந்தியா எடுக்கும் நடவடிக்கைக்கு அது ஒரு தடையாக இருக்காது பொறுத்திருந்து பாருங்கள் என்றார்.

பம்பாய் வந்திருந்த அமெரிக்கத் தூதர் ஜான்கீட்டிங், கிழக்கு வங்காளத்தில் நடக்கிற விஷயங்களை பாகிஸ்தானின் உள்நாட்டுப் பிரச்சனை என்று சொல்வதற்கில்லை. உலக நாடுகள் அனைத்தையும் அதிர்ச்சியடையச் செய்துவிட்டு இன்னும் அப்படிச் சொல்லிக் கொண்டிருப்பது ஏமாற்று வேலை என்று வர்ணித்தார்.

மொத்த ஜனத்தொகையில் வங்க தேசத்தில் சுமார் 12 சதவீதம் பேர்கள் கொல்லப்பட்டனர். 12 சதவீதம் பேர் அகதிகளாக வெளியேறினர்.

இந்நிலையில் வங்க தேச புரட்சி அரசின் பிரதிநிதிகள் இந்திய உதவியையும் அங்கீகாரத்தையும் வேண்டி புதுதில்லி வந்தன. இந்தியா வங்க தேசப் புரட்சிக்கு உதவுவதாக கூறிய போது பாகிஸ்தான் இந்தியாவை முதல் எதிரியாக கருதினார்.

பாகிஸ்தானின் அராஜகத்துக்குகெதிராக கண்டன தீர்மானங்கள் நிறைவேற்றுவதும், வங்க தேச மக்களுக்கு ஆதரவாக குரல்

கொடுப்பதுமான நடவடிக்கை இந்தியா முழுவதிலும் எதிரொலித்தது. ஆனால் கட்சி எதிர்க்கட்சி என்கிற பேதமின்றி, அனைத்து இந்திய அரசியல்வாதிகளும் கிழக்கு வங்காள மக்களுக்கு குரல் கொடுக்க ஆரம்பித்தார்கள்.

அங்கிருந்து அகதிகளாக இந்தியாவுக்கு ஓடி வந்த லட்சக்கணக்கான மக்களின் நிவாரணத்துக்காக தேசமெங்கும் நிதிதிரட்டடப்பட்டது.

இந்தியாவின் நேரடியான ஆதரவு வங்க தேசத்துக்கு பலமாக இருந்து வந்த நிலையில் 1971 அக்டோபரில் இந்தியாவின் எல்லைப் புறங்களில் படைகளைக் குவிக்க உத்தரவிட்டார் யாகிஸ்கான்.

படைகள் குவியக் குவிய இந்தியாவும் போருக்கு ஆயத்தமாகி படைகளை தயார் நிலை செய்தது.

இந்நிலையில் பாகிஸ்தான் படைகளுக்கும், முக்திவாகினி படைகளுக்கும் இடையே வங்கதேசத்தில் கடும் யுத்தம் நடந்து கொண்டிருந்தது.

கிழக்கு பாகிஸ்தானில் உள்நாட்டுக்கலவரம் மிகத் தீவிரமாகி எந்த விநாடியும் அவர்களுக்கு இந்தியா உதவி வேண்டியிருக்கலாம் என்ற நிலை.

எங்கும் எல்லையில் இந்திய ராணுவம் தயார் நிலையில் நின்றது. மேற்கிலும் பதற்றம் உருவாகி காஷ்மீர் முதல் கட்ச் வரை மக்கள் கதிகலங்கிக் கொண்டிருந்தது.

1971 நவம்பரில் பாகிஸ்தானைச் சேர்ந்த மூன்று சாபர் ஜெட் விமானங்கள் கல்கத்தா மீது அத்துமீறிப்பறந்தன. இந்தியாவின் எச்சரிக்கைகளை அதுபொருட்படுத்தவில்லை. உடனே இந்தியா விமானங்கள் மேலே எழுந்து பறந்து அம்மூன்று விமானங்களையும் சுட்டு வீழ்த்தி விட்டு இறங்கின.

நவம்பர் 22ம் தேதி முதல் முதலாக திரிபுரா மாநிலத்தின்

எல்லைக் கிராமமான டிடாலாவல் பகுதியில் பத்து பாகிஸ்தான் குண்டுகள் வந்து விழுந்தது வெடித்ததும் எல்லையில் மிகுந்த பதற்றம் உண்டாகி இரு தரப்பு ராணுவமும் நெருக்கமாக முன்னேறும் சூழ்நிலை இருந்தது.

பங்களாதேஷ் படையினருடன் அங்கே போரிடுவதில் பாகிஸ்தான் விழி பிதுங்கிக் கொண்டிருந்த நிலையில் இந்தியாவுடன் நேரடிச் சண்டைக்கு அவர்கள் தயாராகிக் கொண்டிருந்தார்கள்.

555000 சதுரமைல்கள் பரப்புள்ள பங்களா தேஷில் சுமார் 20000 சதுரமைல்கள் பரப்பு முக்திபாஹினி கொரில்லாக்களின் கட்டுப்பாட்டிலேயே இருந்தது. பாகிஸ்தான் ராணுவத்தினரின் நிழல்கள் கூட அப்பகுதியில் எட்டிப் பார்க்கமுடியவில்லை.

பாகிஸ்தான் படைகளை இவர்களிடம் ஒப்பிட்டால் இந்த கொரில்லாக்களின் எண்ணிக்கை கொசு. ஆனாலும் இவர்கள் கைதான் ஓங்கியிருக்கிறது.

ராணுவம் பல இடங்களில் நுழையவே முடியாமல் திணறுகிறது. காரணம் கொரில்லாக்களின் தாக்குதல் முறை மிகுந்த அபாய கரமானதாகவும் சற்றும் எதிர்பாராத விதமாகவும் இருப்பதுவே காரணம்.

இந்தப் பிரச்சனை பற்றி உலக நாடுகளின் கருத்து கேட்க பிரதமர் இந்திராகாந்தி ஒரு சூறாவளி சுற்றுப் பயணம் மேற்கொண்டார். தற்காப்புக்காக பங்காள தேஷை காப்பாற்றுவதற்காகவே இந்தியா தலையிடும் சூழ்நிலையைப் புரிய வைத்தார்.

நவம்பர் 24 அன்று இந்திராகாந்தி பார்லிமெண்ட்டை கூட்டி போரின் நிலைமையை விளக்கினார். தற்காப்பை முன்னிட்டு பங்களாதேஷ் எல்லையை இந்திய ராணுவம் கடப்பதாக அறிவித்தார்.

அதேசமயம் பங்களாதேஷில் முகாமிட்டிருந்த பாகிஸ்தான் ராணுவம்

செய்வதறியாது திகைத்தது. ஒருபுறம் முக்திபாஹினி கொரில்லாதாக்குதல் மறுபுறம் முன்னேறிவரும் இந்திய ராணுவத்தாக்குதல்.

அச்சமயம் பாகிஸ்தானை துள்ளிக் குதிக்க வைத்த செய்தி வந்தது. சீனாவின் உதவியை உறுதிப்படுத்தும் அந்த செய்தி பாகிஸ்தான் ஜெனரல் நியாஸிக்கு கிடைத்தது.

எவ்வித முன்னறிவிப்பும் இன்றி நவம்பர் 24ம் தேதி இஸ்லாமா பாத் வந்து சேர்ந்த சீனத்தூதுவர் பரிபூரண ஆதரவையும் உடனடி உதவியாக பதினேழுகோடியையும் சில நவினரக ஆயுதங்களையும் அளித்தார்.

சீனாவிடமிருந்து எதிர்பாராது கிடைத்த இந்த உதவியால் பாகிஸ்தான் அதிபர் யாகிஸ்கானுக்கு தலைகால் புரியவில்லை. இந்த மகிழ்ச்சியை பாகிஸ்தான் படை திரிபுரா மாநிலத்தில் அகர்தலாவில் ஒரு ஜெட் விமான தாக்குதலில் நிகழ்த்திக் காட்டியது.

அந்த விமானத்தாக்குதல் நடந்த மறு நாள் இந்திகாந்தி மேற்கு வங்காளத்திலுள்ள அகதி முகாமை பார்க்க வந்திருந்தார்.

அச்சமயம் பத்திரிகையாளர்கள் சூழ்ந்து கொண்டு நிலைமையை எப்படி சமாளிக்க போகிறீர்கள் என்று கேட்டனர்.

இந்திரா காங்கிரசின் வீழ்ச்சி

இந்தியாவின் மூன்றாவது பிரதமரும் ஒரே இந்திய பெண் பிரதமரும் ஜவஹர்லால் நேருவின் புதல்வியுமான இந்திரா பிரியதர்ஷ்னி ஃபெரோஸ்காந்தியின் திருமணத்திற்கு பின்னரே இந்திராகாந்தி என அறியப்பட்டார்.

இந்தியாவின் இரண்டாவது பிரதமராக இருந்த லால் பகதூர் சாஸ்திரியைத் தொடர்ந்து சில நாட்கள் தற்காலிக பதவி வகித்த குல்சாரிலால் நந்தாவுக்குப் பின்னர் ஜனவரி 19,1966ல் பிரதமந்திரியாகப் பதவியேற்ற இந்திராகாந்தி மார்ச் 24, 1977 வரை பிரதமர் பதவியில் இருந்தார்.

1977ல் நடைபெற்ற பொதுத் தேர்தலில் பெரும் தோல்வியடைந்த இவர் மூன்று ஆண்டுகளுக்குப் பினனர் நடைபெற்ற தேர்தலில் மீண்டும் வெற்றி பெற்றார்.

ஜனவரி 14, 1980ல் பிரதமராக மீண்டும் பொறுப்பேற்றுக் கொண்ட இவர் 1984ல் கொலை செய்யப்படும் வரை பதவியில் இருந்தார்.

மிகச் சிறந்த அரசியல் தீட்க்ஷண்யரும் திட்டமிடுதலும் கொண்ட சிந்தனையாளராக இவர் திகழ்ந்தார். அரசியல் அதிகாரத்திற்கான அசாதாரணவற்றை அவர் கொண்டிருந்தார்.

ஒரு பிரதம மந்திரியாக அவருக்குக் கிடைக்கக் கூடிய அனைத்து வளங்களையும் பயன்படுத்தி தனது பலத்தையும் அதிகாரத்தையும் வலுப்படுத்திக் கொண்டார்.

இந்திய தேசிய காங்கிரசிலிருந்த பலம் மிக்க முதிர்ந்த தலைவர்களை அவர் ஓரங்கட்டினார். இதன் ஒரு அங்கமாக 1969ல் குடியரசுத்தலைவர் நியமனத்தில் ஏற்பட்ட கருத்து வேறுபாடுகளைத் தொடர்ந்து ஆளும் கட்சியாக இருந்த இந்திய தேசிய காங்கிரஸ் பிளவுபட்டது.

இந்திராகாங்கிரஸ் என்று அழைக்கப்பட்ட இவருடைய தலைமையில் அமைந்த பிரிவு மிகுந்த பலத்துடன் தொடர்ந்தும் ஆட்சியில் இருந்தது.

1971ம் ஆண்டு நடந்த தேர்தலில் அவரது கட்சி மீண்டும் ஆட்சியைப் பிடித்தது. அச்சமயத்தில மேற்கு, கிழக்கு. பாகிஸ்தான்களுக்கு இடையில் ஏற்பட்ட பிணக்கில் கிழக்குப் பாகிஸ்தானின் தனி நாட்டுக் கோரிக்கைக்கு ஆதரவாக பாகிஸ்தானுடன் போரைத் துவங்கி கிழக்குப் பாகிஸ்தானுக்குள் படைகளை அனுப்பினார்.

இந்த வெற்றிகரமான நடவடிக்கையினால் கிழக்கு பாகிஸ்தான், பாகிஸ்தானிலிருந்து பிரிந்து வங்காள தேசம் என்ற தனி நாடாகியது.

1975ல் அவசர நிலையை அறிவித்த இந்திராகாந்தி, அரசியல் சட்டத்தின் 352வது விதியை பயன்படுத்தி தனக்கான அதிகாரங்களை அதிகப்படுத்திக் கொண்டதன் மூலம் எதிர்க்கட்சிகளை ஒடுக்க முயற்சித்தார் என்று குற்றம் சாட்டப்பட்டார்.

19 மாதங்கள் நீடித்த இந்த நெருக்கடி நிலைமை இந்திராகாந்தியின் செல்வாக்கை பெருமளவு பாதித்தது.

எனினும் தனது செல்வாக்கை பிழையாக மதிப்பீடு செய்த

அவர் தேர்தலை நடத்தி பெருந்தோல்வியைத் தழுவினார்.

இவர் தனது சொந்த தொகுதியிலேயே தோல்வியடைந்தார். இவருக்கு வாரிசாக வளர்க்கப்படுவதாகச் சொல்லப்பட்ட இவரது இரண்டாவது மகனான சஞ்சய் காந்தியும் தோல்வியை தழுவினார்.

எனினும் இவரது கட்சிக்கு மாற்றாக பதவியில் அமர்ந்த பல கட்சிக் கூட்டணி உட்பூசல்கள் காரணமாக அதன் முழுப் பதவி காலத்தையும் நிறைவு செய்ய முடியாமல் மூன்று ஆண்டுகளில் கவிழ்ந்தது.

இவ்வாறு எதிர்க்கட்சிகளின் இயலாத் தன்மை வெளிச்சம் போட்டுக்காட்டப்பட்டதனால் அடுத்த நடைபெற்ற தேர்தலில் இந்திராவையே மக்கள் மீண்டும் தெரிவு செய்தனர்.

இந்திரா தனது முந்தைய தவறுகளிலிருந்து பாடம் படித்துக் கொண்டார். அவருடைய இரண்டாவது ஆட்சிக்கால மிதமான அதிகாரத்துவம் கொண்டதாகவே அமைந்தது.

எனினும் இவரது இந்த ஆட்சிக்காலம் சுமூகமானதாக அமையவில்லை. இக்காலத்தில் இவருக்கு வாரிசாக வரக்கூடியவரென எதிர்பார்க்கப்பட்ட சஞ்சய் காந்தி தானே செலுத்திய விமானத்தில் விழுந்து நொறுங்கியதில் காலமானார்.

இக்காலகட்டத்தில் சீக்கிய தீவிரவாத வளர்ந்து வந்தது. சமய மற்றும் தீவிரவாதத்தை தலைவராக வளர்ந்து வந்த ஜர்னைல்சிங் பிந்தரவாலேயின் செல்வாக்கு இந்திய ஒருமைப்பாட்டுக்கு சவாலாக அமையுமென இந்தியத் தலைவர்கள் அஞ்சினார்கள்.

இந்திரா படையை அனுப்பி தீவிரவாதிகளை ஒடுக்க எண்ணினார். சீக்கியர்களின் புனிதக்கோயிலான பொற்கோயிலுக்குள் அனுப்பி தீவிரவாதிகளையும் அவர்களின் தலைவரையும் பிடிக்க இராணுவம் பொற்கோயிலுக்குள் புக அனுமதி வழங்கினார்.

தொடர்ந்து இடம் பெற்ற படை நடவடிக்கைகள் இந்திராவை சீக்கியர்களின் கோபத்துக்கு ஆளாக்கியது. இதன் தொடர்ச்சியாகதான் அக்டோபர் 31, 1984ல் சீக்கியர்களான அவரது சொந்தப் பாதுகாவளர்கள் இருவராலேயே சுட்டுக் கொல்லப்பட்டார்.

பாதுகாவலரால் சுட்டுக் கொல்லப்பட்டார்

இந்தியாவின் மூன்றாவது பிரதம மந்திரியான இந்திரா காந்தி 1984 ஆம் ஆண்டு அக்டோபர் மாதம் 31ஆம் நாள் காலை 9 20 மணியளவில் புதுடெல்லி சப்தா ஜிம் தெருவில் உள்ள அவரது இல்லத்தில் தத்வந்த்சிங், பிட்டன்னுங்சிங் என்ற அவரது இரு பாதுகாவலர்களால் சுட்டுக் கொல்லப்பட்டார்.

1984 ஆம் ஆண்டு ஜூன் மாதம் அமிர்தரஸ் நகரில் உள்ள சீக்கியர்களின் முக்கிய கோவிலான பொற்கோயில் இந்திய ராணுவத்தின தாக்கிய ப்ளூ ஸ்டார் நடவடிக்கையால் பொற்கோவில் பெரிதும் சேதம் அடைந்தது.

இந்த நடவடிக்கையின் எதிர் விளைவை இந்திரா காந்தியின் படுகொலை ஆகும்.

இந்திரா காந்தி சுடப்பட்டு விழுந்த இடத்தில் கண்ணாடி நுழைவாயிலில் கொண்ட ஒரு பலிங்கு பாதை ஒன்று அவரது நினைவிடத்தில் அமைக்கப்பட்டுள்ளது.

அயர்லாந்து நாட்டு தொலைக்காட்சிக்காக ஆவணப்படம் எடுத்துக் கொண்டு இருந்த பிரித்தானிய நடிகர் பீட்டர் குஸ்தனோவிற்கு பேட்டி அளிப்பதற்காக 1984 ஆம் ஆண்டு அக்டோபர் மாதம் 31ஆம்

நாள் காலை 9:20 மணிக்கு இந்திரா காந்தி புது டெல்லி சப்தர் ஜங்க் தெருவில் அமைந்துள்ள அவரது வீட்டுத் தோட்டத்திலிருந்து அடுத்து அமைந்துள்ள அக்ர வீதியில் உள்ள அவரது அலுவலகத்திற்கு சென்று கொண்டிருந்தார்.

அங்கிருந்த சிறு வாயிலை அவர் கடக்கும்போது அவ்வாயிலை காத்து நின்று அவரது பாதுகாவலர்கள் இருவரும் அவரை சுட தொடங்கினர்.

பீண்டசிங் இந்திராகாந்தியின் அடிவயிற்றில் மூன்று முறையும் கீழே விழுந்துவிட்ட இந்திரா காந்தியை சத்வந்த்சிங் இயந்திர துப்பாக்கியால் 30 முறையும் சுட்டனர்.

சுட்டபின் இருவரும் தமது ஆயுதங்களை கீழே போட்டப்பின் நான் செய்ய வேண்டியதை செய்து விட்டேன். நீங்கள் செய்ய விரும்புவதை செய்யுங்கள் செய்து என்று கூறினார்கள்.

அடுத்த ஆறு நிமிடங்களில் இந்தியாவின் எல்லை காவல் படையை சேர்ந்த தார்சன் சிங் ஜாம் வால் ராம்சரண் என்ற வீரர்கள் பீட்டன் சிங்கை சுட்டுக்கொன்றனர். சத்வந்சிங் இந்திரா காந்தியின் மற்ற பாதுகாவலர்களால் பலத்த காயங்களுடன் சிறைபிடிக்கப்பட்டார்.

1989இல் சத்வந்த்சிங் குற்றவாளியான பீண்டர்சிங்கும் தூக்கிலிடப்பட்டனர் இந்திரா காந்தி சுடப்பட்டு 10 மணி நேரம் கழித்து தான் தூர்தர்ஷன் மாலை செய்தியில் அவர் இறந்த செய்தி அறிவிக்கப்பட்டது.

அனைத்திந்திய மருத்துவ அறிவியல் கழக மருத்துவமனைக்கு ஒன்பது முப்பது மணிக்கு கொண்டு செல்லப்பட்டார் 14.20 மணிக்கு அவரின் இறப்புச் செய்தி அறிவிக்கப்பட்டது.

டி.டி.தோச்ரா தலைமையிலான மருத்துவமனை குழு இந்திரா காந்தியின் உடலை கூராய்வு செய்தது.

இயந்திரத்துப்பாக்கி, சூழல் கை துப்பாக்கியை என இருவிதமான ஆயுதங்களில் இருந்து அவரது உடலில் கிட்டத்தட்ட 30 குண்டுகள்

தாக்கி உள்ளதாக கூறாய்வு முடிவில் கூறப்பட்டது.

கொலையாளிகள் அவரை நோக்கி சுட 33 குண்டுகளில் 30 குண்டுகள் அவரை தாக்கியிருந்தன 23 குண்டுகள் அவரது உடலை தொலைத்து வெளியேறியிருந்தன ஏழு குண்டுகள் அவர் உடலில் தங்கி இருந்தன.

கொலை செய்யப்பட்ட பயன்படுத்தப்பட்ட துப்பாக்கிகளை அடையாளம் காண்பதற்காக இந்திரா காந்தியின் உடலில் இருந்து குண்டுகளை வெளியே எடுத்தார் குண்டுகள் கொலையாளிகள் பயன்படுத்தியதில் இருந்து ஆயுதங்களோடு ஒத்துப் போயின.

இந்திரா காந்தி கொலை வழக்கில் ஒரு முக்கிய சாட்சியாக சேர்க்கப்பட்டு விசாரிக்கப்பட்டார்.

நவம்பர் ஒன்றாம் நாள் அன்று அவரது உடல் ஒரு பீரங்கி வண்டியில் தில்லி தெருக்களின் வழியே பவனுக்கு கொண்டு செல்லப்பட்டது நவம்பர் 34 அன்று அவரது உடல் ராஜ்காட் அருகே தகனம் செய்யப்பட்டது அவரது மூத்த மகனான ராஜீவ் காந்தி அவருக்கு இறுதி சடங்குகளை செய்தார்.

உலகத் தலைவர்களின் புகழஞ்சலி கியூபா அதிபர் பிடல் காஸ்ட்ரோ

எனது சொந்தத்தில் மிகப் பெரிய இழப்பு அரிய ஒரு நண்பலை இழந்துவிட்டேன் தலைவராக நான் இருந்தபோது என்னோடு ஒத்துழைத்தார் டெல்லி மாநாட்டை தலைமை பதவியேற்று சிறப்போடு நடத்தினார் எங்கள் இயக்கத்திற்கு இந்திரா அவர்கள் ஈடு செய்ய முடியாத இழப்பாகும்.

ஆஸ்திரேலியா பிரதமர் பாப் ஹக்

இந்திய நாட்டின் உன்னதமான பிரதமர் இந்திரா காந்தியின் விலை மதிப்பு மிக்க உயிர் வேண்டுமென்றே பறிக்கப்பட்ட அநியாய பயங்கரத்தை ஆஸ்திரேலியா அரசு வன்மையாக கண்டிக்கிறது.

ஜப்பான் அரசு

இந்தியாவை மிகச்சிறந்த முறையில் நீண்ட கால வழி நடத்தி வந்த பிரதமர் என்ற வகையிலும் தலைவர் என்ற வகையிலும் திருமதி இந்திரா காந்தி உலகிலேயே மிகவும் மரியாதைக்குரியவராக திகழ்ந்தார்

பிரெஞ்சு அதிபர்

உலகில் சமாதானமும் சுதந்திரமும் நிலை நாட்ட அரும்பாடுபட்ட தலைவர் ஒருவரை இழந்துவிட்டோம். தலைவரை இழந்து வருந்தும் இந்திய மக்களுக்கு என்னுடைய அனுதாபத்தை தெரிவித்துக் கொள்கிறேன்.

அமெரிக்க அதிபர் ரெனால்டு ரீசன் அஞ்சலி

இந்திய நாட்டு பிரதமர் திருமதி இந்திரா காந்தி மிருகத்தனமாக கொலை செய்யப்பட்டது பற்றி நான் அதிர்ச்சியும் துன்பமும் அடைகிறேன்.

உலக நாடுகளிடையே நிலவி வருகின்ற அபாய பயங்கரங்களையும் கொடுமைகளை பற்றி நானும் அவரும் அண்மை காலத்தில் கணித போக்குவரத்து நடத்தினோம்.

மனித குலத்திற்கு ஏற்பட்டிருக்க கூடிய இந்த பயங்கரவாத ஆபத்தை தடுத்து நிறுத்த சுதந்திரத்தை விரும்பும் நாடுகளுக்கு மத்தியில் கூட்டுறவு பலப்படுத்த வேண்டிய அவசியத்தை நாங்கள் ஒப்புக்கொண்டோம்.

இப்படிப்பட்ட பேராபத்தை முறியடிக்கும் நமது உறுதியை நாம் புதுபித்துக் கொள்ள வேண்டியது அவசியம். இந்திரா காந்தியின் சாதனைகளும் நிகழ்வுகளும் மனித சமுதாயத்திற்கு ஊக்கமளிக்கும் பெரும் சக்தியாக விளங்கி வருவதை உறுதி செய்ய வேண்டும்.

உலகத்தின் மிகப்பெரிய ஜனநாயக நாட்டின் பிரதமராகவும் அணிசேரா இயக்கத்தின் தலைவராகவும் இருந்த இந்திரா காந்தி அவர்கள் உலக அரங்கில் என்றென்றும் புகழுடன் விளங்குவார்.

சோவியத் ரஷ்யாவின் அதிபர் கான்ஸ் காந்தன் சேர்மன் கோ

மாபெரும் இந்திய மக்களின் புகழ்மிக்க புதல்வியும் தலைசிறந்த அரசியல்வாதியும், பொது ஜன தலைவியும் உலக சமாதானத்துக்காகவும் உலக மக்களின் பாதுகாப்புக்காகவும்

தீரத்தோடு போராடி வந்தவரும் சோவியத் யூனியனின் மாபெரும் நண்பரும், இந்திய பிரதமரும் ஆகிய இந்திரா காந்தி அநாகரிக செயலில் கொடிய முறையில் கொலையுண்டு அகால மரணம் அடைந்த துயரச் செய்தி மக்கள் ஆரா துயரத்தில் ஆழ்ந்தனர்.

இந்திய நாட்டிற்கு மகத்தான இழப்பாகும் பொறுப்பு வாய்ந்த இந்திரா காந்தி வலுவான சமாதானத்திற்காகவும் மக்களின் பாதுகாப்பிற்காகவும், நாடுகள் இடையே ஒரு சமத்துவ ஒத்துழைப்புக்காகவும், உறுதியோடு உழைத்து வந்தார்.

இந்திய பிரதமர் இந்திரா காந்தியின் புகழ்மிக்க பெயர் உலகத்தின் வரலாற்றில் எப்போதும் வாழும்.

இங்கிலாந்து பிரதமர் திருமதி தாட் சார்

இந்த காட்டு மிராண்டித்தனமான கொலை செயல் இந்தியாவை மட்டுமல்ல உலகம் முழுவதையும் துயரத்தில் ஆழ்த்திவிட்டது.

பங்களாதேஷ் அதிபர் எச் எம் எஸ் ஷாக்

இந்த கீழ்த்தரமான காட்டுமிராண்டித்தனமான செய்தி அந்த குற்றத்தை செய்தவர்களின் கோழைத்தனத்தையும் காட்டுகிறது.

ஐநா பொதுச் செயலாளர்

பாரத சமுதாயமும் வீர தீரமும் நிறைந்த மிகச்சிறந்த உலகிற்காக சமர்ப்பித்துக் கொண்ட ஒரு உயர்வான உலக குடிமகளையும் இழந்துவிட்டன.

மூன்றாவது உலகத்தின் நம்பிக்கை ஒளியாகவும் சமாதானத்தின் தூதுவராகவும் திகழ்ந்த பாரத நாட்டு பிரதமர் இந்திரா காந்தியின் புகழ் உலகினில் என்றென்றும் ஒளி வீசிக்கொண்டே இருக்கும்.

போப் ஆண்டவர்

பாரத பிரதமர் இந்திரா காந்தியின் படுகொலை உலகத்தையே குருதியால் கறைப்படுத்தும். தொடர் வன்முறைகளில் மிகக் கொடுமையான செய்தி உலகெங்கும் அச்சுறுத்தலையும் வேதனைகளையும் ஏற்படுத்தியுள்ளது.

இங்கிலாந்து எலிசபெத் அரசியல்

இந்திரா காந்தி மரணச் செய்தி என்னை அதிர்ச்சிக்குள்ளாகிவிட்டது. உலகம் மிகச் சிறந்த தலைவியை இழந்து விட்டது.

யாசர் அராபத் பாலிசி சரணம்

கண்களில் நீர்மல்க கூறியது இந்திராகாந்தி இல்லாத இந்தியாவை என்னால் கற்பனை செய்து கூட பார்க்க முடியவில்லை நான் என் அருமைச் சகோதரியை இழந்து விட்டேன்.

இந்திரா காந்தியின் இறுதி நாட்கள் பற்றிய குறிப்புகள்

நாடு சுதந்திரம் பெற்றபோது மதவெறியர்களால் மகாத்மா காந்தியை நாம் இழந்தோம் அதே மதவெறி 1984 இல் அன்னை இந்திராகாந்திளை மீண்டும் பலி கொடுத்தோம். தீவிரவாத பயங்கரவாத சக்திகளால் 1991 இல் ராஜீவ் காந்தியை இழந்தோம்

தமக்கு விரைவில் மரணம் ஏற்படும் என்று இந்திரா காந்தியால் ஏற்கனவே எழுதப்பட்ட குறிப்பு ஒன்றை அவரது உதவியாளர் ஆர் கே தவான் வெளியிட்டார்.

உயிர் இழப்பதை பற்றி நான் ஒருபோதும் கவலைப்படவில்லை இந்த பொறுமையும் மன அமைதியும் தான் எனக்கு என்னை இத்தகைய உயிலை எழுத தூண்டியது சிலர் அஞ்சுவதைப் போலவும் வேறு சில திட்டமிடுவதைப் போலவும் நான் வன்முறையான வழியில் கொல்லப்பட்டால் எனது நாட்டின் மீதும் மக்கள் மீதும் நான் கொண்டிருக்கும் அன்பை எந்த வெறுப்பும் மறைக்க முடியாது

ஒரு கவிஞன் அவனது அன்பு பற்றி பாடல் எழுதினான் என்னுடன்

நீங்கள் இருக்கும் போது என்னால் எப்படி தாழ்மையாக உணர முடியும் என்று அந்த கவிஞன் குறிப்பிட்டிருந்தான். அந்த வார்த்தை இந்தியாவுக்கு பொருந்தும் என்று நான் கூறுவேன்.

இந்தியாவின் பலம் எல்லை இல்லாத பாரம்பரியம் மக்களின் கம்பீர உணர்வு, தங்கள் நம்பிக்கையில் உள்ள உறுதிப்பாடு வறுமை மற்றும் நெருக்கடியிலும் வெளிப்படும் தன்னியல்பு ஆகியவற்றை எண்ணி எந்த ஒரு இந்தியனும் பெருமைப்படாமல் இருப்பானா என்பதை என்னால் புரிந்து கொள்ள முடியவில்லை என்று அந்த குறிப்பில் இந்திரா கூறியிருந்தார்.

கோபல்பூன் என்ற இடத்தில் ஏவுகணைகளை செலுத்துவது குறித்து பயிற்சி அளிப்பதற்கான புதிய ராணுவ பயிற்சி பள்ளிக்கு இந்திரா காந்தியின் அடிக்கல் நாட்டியிருந்தார்.

அதே நாளில் ஒரிசா தலைநகர் புவனேஸ்வரத்தில் நடைபெற்ற பொதுக்கூட்டம் ஒன்றில் அவர் உரையாற்றினார் கூட்டத்தில் 30 நிமிடங்களுக்கு உரையாற்றிய இந்திரா காந்தி மத வளத்தின் ஆபத்து குறித்தும் இந்தியாவின் பாதுகாப்பு விழியில் இருந்து ஏற்பட்டுள்ள அச்சுறுத்தல்கள் குறித்தும் குறிப்பிட்டார்.

அதற்கு முந்தைய நாள் தான் ஒரு பொதுக்கூட்டத்தில் தம்மை நோக்கி கல்வீசப்பட்டதை இந்திரா நினைவு கூறுகிறார். ஆனால் இதற்கெல்லாம் தான் அஞ்சவில்லை என்று இந்திரா கூறினார்.

தேசத்திற்கு சேவையாற்றும்போது எனது உயிர் போனால் அதை எண்ணி நான் கவலைப்பட போவதில்லை ஒருவேளை இன்றே நான் உயிரிழந்தாலும் எனது உடலில் இருந்து செல்லும் ஒவ்வொரு துளி ரத்தமும் இந்தியாவை வலிமைப்படுத்தும்.

எனது ஒவ்வொரு துளி ரத்தமும் இந்தியாவின் வலிமையான உறுதியான நாடாக வளர்வதற்கு பங்களிக்கும் என்பது நான் உறுதியாக உள்ளேன் என்று இந்திரா உரையாற்றி இருந்தார்.

ஆனால் அடுத்த நாளில் தமக்கு மரணம் நேரிடும் என்று அவர்

நினைத்துக் கூட பார்த்திருக்க மாட்டார். அப்போது கடும் குளிர் நிலவிய காலம். ஒரு சில வீடுகளில் தான் மையப்படுத்தப்பட்ட வெப்பமூட்டி வசதி இருந்தது.

அடுத்த ஒரிரு நாட்களில் நாடாளுமன்ற தேர்தலை இந்திராகாந்தி அறிவிப்பார் என்ற எதிர்பார்ப்பு இருந்த நிலையில் அவரது புதல்வரான ராஜீவ் காந்தி அப்போது தமது தாயாரின் சார்பில் சில அரசியல் பணிகளை முடிப்பதற்காக மேற்கு வங்க தேசத்திற்கு சென்று இருந்தார்.

சில நாட்கள் முன்பாக அக்டோபர் 27ஆம் தேதி எவரும் எதிர்பார்க்காத நிலையில் இந்திராகாந்தி தமது பேரக்குழந்தைகளான பிரியங்காவையும் ராகுல் காந்தியையும் காஷ்மீர் தலைநகர் ஆன ஸ்ரீநகர் சுற்றுலா அழைத்துச் சென்று இருந்தார்.

அந்த சுற்றுலா வெறும் முப்பது மணி நேரம் மட்டுமே நீடித்தது. அங்கு இந்திரா காந்தியை காஷ்மீர் மாநில ஆளுநர் முகனும், அப்போதுதான் புதிதாக பதவி ஏற்று இருந்த குருசாவும் சந்தித்து பேசினர்.

இந்திரா காந்தியும், அவருடன் வந்தவர்களும் அனைவரையும் கவரக்கூடிய மாநில விருந்தினர் மாளிகையில் தங்க வைக்கப்பட்டிருந்தனர்.

இந்திரா காந்தியின் இந்திய பயணம் குறித்த ஆளுநர் சக்மோகன், இந்திரா காந்தி வழக்கத்திற்கு மாறாக நல்ல மனதோடு கலகலப்பாகவும் மனதுக்கு நிறைவாகவும் உணவு அருந்தி மகிழ்ந்தார் என்று குறிப்பிட்டார்.

அக்டோபர் 28ஆம் தேதி காலையில் தாழ்விரிக்கு அருகில் உள்ள சங்கராச்சாரியார் மலையில் ஏறிய அங்குள்ள லட்சுமணன் ஜீ என்ற சுவாமியை சந்தித்தார்.

சிறிது நேரம் நீடித்த இந்த சந்திப்பின் போது தான் விரைவிலேயே உயிரிழக்க போவதாகவும் தமது உள்ளுணர்வு கூறுவதாகவும்

இந்திரா காந்தி கூறினார் என்று லட்சுமணன் ஜீ பின்னர் தெரிவித்தார்.

அதே நேரத்தில் அமைதியாகவும் இயல்பாகவும் இருக்க முயன்ற சுவாமி அதே வளாகத்தில் கட்டப்பட்டிருந்த சிறிய கட்டடத்தை காட்டி அந்தக் கோயில் நவம்பர் மாதத்தில் திறக்கப்பட உள்ளதாகவும் திறப்பு விழாவிற்கு உங்களால் தலைமை ஏற்க முடியுமா என்று இந்திராகாந்தியிடம் கேட்டார்.

அதைக் கேட்ட இந்திரா அதுவரை நான் உயிரோடு இருந்தால் நான் கண்டிப்பாக வருவேன் என்று கூறினார். சுவாமியின் ஆசிரமத்தில் இருந்து விடைபெற்ற இந்திரா காஷ்மீர் பிராமணர்களின் கடவுளாக கருதப்படும் சரிகா கோயிலுக்கு சென்றார்.

அங்கிருந்த குருக்கள் இந்திராவுக்கு சிறப்பு வழிபாடு நடத்தினர் சிறப்பு வழிபாடு முடிவடைந்த பின்னர் அவரது பேரக்குழந்தைகளான ராகுல் காந்தியும், பிரியங்கா காந்தியும் டில்லி திரும்புவதற்காக விமான நிலையம் சென்றனர்.

காஷ்மீரில் அவசர அவசரமாக மேற்கொண்ட பயணத்தின் போது கூட உள்ளூர் அரசு நிலை குறித்து இந்திரா காந்தி பேசியதாகவும் மாநிலத்தின் அன்றாட அரசியல் நிகழ்வுகள் குறித்து விளக்கும்படி கூறியதாகவும் ஜக் மோகன் பின்னர் நினைவு கூறுகிறார்.

அதற்கு அடுத்த நாளான அக்டோபர் 29ஆம் தேதி விமானம் மூலம் ஒரிசா சென்று பல்வேறு நிகழ்ச்சிகளில் இந்திராகாந்தி கலந்து கொண்டார் அதன் பின் அக்டோபர் 30ஆம் தேதி மாலை தான் டெல்லி திரும்பினார்.

அக்டோபர் 31ஆம் தேதி காலை உணவாக சில தானியங்கள், புதிதாக பிழிந்து எடுக்கப்பட்ட ஆரஞ்சு சாறு, முட்டைகள், தேநீர் ஆகியவற்றை இந்திரா எடுத்துக் கொண்டார். அப்போது ராகுலையும் பிரியங்காவையும் பார்த்து எப்படி இருக்கிறீர்கள் என்று இந்திரா காந்தி கேட்டார்.

ஏனென்றால் அதற்கு முதல் நாள் தான் அவர்கள் இருவரும் இந்திராவுடன் பயணம் செய்து இருந்தனர். அவர்கள் இந்திராவின் இல்லத்திற்கு அருகே வந்து கொண்டிருக்கும் போது சிவப்பு சிக்னலை தாண்டி வந்த வேன் ஒன்று கார் மீது மோதியிருந்தது.

இந்த விபத்தில் ராகுலுக்கும், பிரியங்காவுக்கும் காயம் ஏதும் ஏற்படவில்லை இந்த விபத்தில் பின்னணியில் சதித்திட்டம் எதுவும் இல்லை என்று பிரதமர் பாதுகாவலர்கள் அவரிடம் தெரிவித்திருந்தனர்.

பேரக்குழந்தைகளான ராகுல் மற்றும் பிரியங்காவிடம் இந்திராகாந்தி உணவு அருந்தும் அறைக்குள் பேசிக் கொண்டிருக்கும் போது இந்திராவின் உதவியாளர் ஒருவர் நுழைந்தார்.

இந்திராவின் மிகுந்த நம்பிக்கையான உதவியாளராக மாறியவர். தவான் காங்கிரஸ் கட்சிக்கு நிர்வாகிகளை நியமிப்பதில் தொடங்கி வெளியுறவு கொள்கை வகுப்பு வரை அனைத்து விஷயங்களையும் இந்திராவுக்கு ஆலோசனை வழங்கி வந்தார்.

இந்திராவை நெருங்கிய உதவியாளர் தவான் அவர் அன்றைய முதல் நிகழ்ச்சிக்கான நேரம் நெருங்கி விட்டதாக கூறினார். அதைக் கேட்ட தலையாட்டிய இந்திரா தமது பேரக் குழந்தைகளை கட்டித்தழுவி முத்தம் கொடுத்தார்.

பின்னர் ராகுலும், பிரியங்காவும் அங்கிருந்து வெளியேறிய போது வழக்கத்திற்கு மாறாக அவர்களை மீண்டும் அழைத்து கட்டித்தழுவி முத்தம் கொடுத்தார்.

பின்னர் அருகில் உள்ள தமது அலுவலகத்திற்குச் சென்ற இந்திரா காந்தி அங்கே ஏற்கனவே ஆர்.கே தவான் எடுத்து வைத்திருந்த கோப்புகளை பார்த்தார்.

அங்கு இந்திரா காந்தி தமது கைப்பட சில விஷயங்களை எழுதினார் அது ஒரு வகையில் இந்திரா காந்தியின் கடைசி

உயில் மற்றும் மரண சாசனத்தை போன்றதாகும்.

இந்திராவின் உதவியாளர்களில் ஒருவரான ஆர்கே தவான் மட்டுமே அதை பார்த்திருந்தார். தமது உயில் எழுதும் பணியினை இந்திரா முழுமையாகவே முடிக்கவில்லை

அதைப்பற்றி இந்திராவிடம் ஆர்கே தவான் ஒருமுறை கேட்டபோதிலும் அதை அவர் கண்டு கொள்ளவில்லை தமக்கு ஏதேனும் ஆபத்து நிகழும் வாய்ப்பு இருக்கிறது.

இதைப்பற்றி இந்திரா அவ்வப்போது கூறுவதை அவரது நீண்டகால நண்பரும் ஆலோசகருமான நியூயார்க் பல்கலைக்கழக பேராசிரியர் லால் பப் ஜங்ஷன் கேட்டு இருக்கிறார்.

அப்படியெல்லாம் எதுவும் நிகழாது என்று இந்திரா காந்திக்கு அந்த பேராசிரியர் உணர்த்த முயன்ற போதிலும் இந்திரா விரக்தி அடைந்த நிலையிலே காணப்பட்டார்.

1978 ஆம் ஆண்டு இந்திரா காந்தி ஆட்சி பொறுப்பில் இல்லாத போது வன்முறையான சூழலில் கொல்லப்பட்டார் பொதுமக்களுக்கு சில விஷயங்களை தெரிவிப்பதற்காக தயாரித்து வைத்திருந்த வரைவு அறிக்கை ஒன்றை அந்த பேராசிரியரிடம் இந்திரா காந்தி காட்டி இருக்கிறார்.

1984ம் ஆண்டு அமிர்தரஸ் நகரிலுள்ள பொற்கோவிலின் மீது ராணுவ நடவடிக்கை எடுக்க இந்திரா காந்தி தெரிவித்ததை அடுத்து பாதுகாப்பு குறித்து இருவரும் கவலைப்பட்டு வந்தனர்.

984 ஆம் ஆண்டில் பொற்கோயிலில் பதுங்கியிருந்த சீக்கிய தீவிரவாதிகளை “ஆபரேஷன் ப்ளூ ஸ்டார்” என்ற நடவடிக்கை மூலம் இந்திய ராணுவம் வெளியேற்றியது.

அதற்கு முன்பாக ராணுவத்திற்கும் தீவிரவாதிகளுக்கும் ஏற்பட்ட சண்டையில் சிக்கி புனித பயணம் செய்து ஆயிரத்துக்கு மேற்பட்ட ஆண்களும் பெண்களும் குழந்தைகளும் உயிரிழந்தனர்.

இந்தியாவின் உணவு களஞ்சியமான பஞ்சாப் மாநிலத்தைப் பிரித்து தனிநாடு அமைத்து தரவேண்டும் என்ற சீக்கிய தீவிரவாதிகளின் கோரிக்கைகளை ஏற்பது இல்லை என்பதில் இந்திராகாந்தி மிகவும் உறுதியாக இருந்தார்.

இந்தியாவில் உள்ள ஒரு கோடி, ஏன் 40 லட்சம் சீக்கியர்களின் பெரும்பான்மையோர் தனிநாடு கூறும் தீவிரவாதிகளை ஆதரிக்கவில்லை.

அவர்களை ஒடுக்குவதற்காக இந்தியா காந்தி மேற்கொண்ட ஆபரேஷன் ப்ளூ ஸ்டார் சீக்கியர்களால் கடுமையாக கண்டிக்கப்பட்டது.

பொற்கோயிலுக்கு பெரும் பாதிப்பு ஏற்பட்டது எண்ணியும் அவர்கள் அதிர்ச்சி அடைந்திருந்தனர். பொற்கோயில் தாக்குதலுக்குப் பிறகு பெரும்பாலான இந்தியர்கள் எண்ணியதைப் போல இந்திரா காந்தியின் உதவியாளர்களும் இந்திரா காந்தி மீது சிக்கியர்கள் தாக்குதல் நடத்தக்கூடும் என்று நம்பினார்கள்.

இந்திரா காந்தியின் அன்றைய நாளின் அவரது முதல் சந்திப்பு குறித்து ஆர்.கே தவான் நினைவூட்டினார். அன்று இந்திராவை முதலில் சந்தித்தார்.

இங்கிலாந்தை சேர்ந்த நடிகரான பீட்டர் கொஸ்டின் ஆவார் இந்திரா காந்தி குறித்து ஆவணப்படம் ஒன்றை தயாரிக்க கிறிஸ்டினாவும் திட்டமிட்டு இருந்தார்

இதற்காக அவர் இந்திரா காந்தி மேற்கொண்ட பல பயணத்தின் போது உடன் சென்று இருந்தார் “உஸ்டினாவின் மனிதர்கள்” என்ற உத்தேச தலைப்பின் கீழ் அவர் தயாரிக்க இருந்த தொடரின் ஒரு காட்டமாகவே இந்திரா காந்தி குறித்த ஆவணப்படம் அமைந்திருந்தது.

இந்திராவுடன் பல நேர்காணலை நடத்தியிருந்த உஷினி அன்று கடைசி அத்தியாயத்தை படம்பிடிக்க இருந்தார். இதற்காக அவர்

தமது படப்பிடிப்பு குழுவினருடன் இந்திராகாந்தி சாலையில் இல்லத்தில் உள்ள நன்றாக சேர்க்கப்பட்ட புல்வெளிக்குப் பின்புறத்தில் காத்திருந்தார்.

கலைத்துறையை சேர்ந்தவர்களிடம் இந்திரா காந்தி தனி பாசம் கொண்டிருந்தார்.

அதுமட்டுமின்றி கிறிஸ்துமஸ் தாத்தா சாதாரண உடையில் வந்தால் எப்படி இருப்பாரோ. அதேபோன்று தோற்றம் கொண்ட கொஸ்டின் குழந்தைகளின் நலனுக்காக உதவி செய்யும் பணியில் ஈடுபட்டிருந்தார்.

இந்திரா காந்தியுடன்ான உஸ்தினாவின் நேர்காணல் காலை ஒன்பது மணிக்கு தொடங்கி நடத்தலாம் என்று அவர் நினைத்திருந்தார்.

சவுத் பிளாக் பகுதியில் உள்ள பிரதமரின் அதிகாரப்பூர்வ அலுவலகத்திற்கு செல்வதற்கு முன்பாக தம்மை பார்க்க வருபவர்களை இந்த இல்ல அலுவலகத்தில் சந்திப்பது வழக்கம்.

காலை 9:15 மணிக்கு இந்திரா காந்தி அவர்கள் வீட்டில் இருந்து வெளியே வந்தார் அப்போது தயாராக இருந்த அலங்கார வல்லுனர்கள் அவரது முகத்தில் பவுடர் பூசி அழகுப்படுத்தினர்.

“உஸ்தினாவின் நேர்காணலுக்காக இந்திராவை அவர்கள் தயார் படுத்திக் கொண்டிருந்த நேரத்தில் அவர், மாத்தூரிடம் உரையாடிக் கொண்டிருந்தார்.

மாத்தூர் பெரும்பாலான காலை நேரங்களில் இந்திரா காந்தியை சந்திப்பதே வழக்கமாகக் கொண்டிருந்தார். குடைப்பிடித்துக் கொண்டிருந்த நிலையில் இந்திராகாந்தி உஷினா இருந்த இடத்தை நோக்கி நடந்தார்.

அவரை ஆர்.கே.தவான் பின்தொடர்ந்து அவருக்கு பின்னால் தில்லி காவல்துறை ஆய்வாளர் இந்திராவின் பணியாளர் நாதுராமும் வந்தனர்

இந்திரா காந்தி வழக்கம் போலவே அக்பர் சாலை அலுவலகத்தை நோக்கி விரைவாக நடந்தார். சுற்றுச்சுவரை அவர் நெருங்கிய போது அங்கு சீக்கிய காவலராக இருந்த பியான்சிங்கை பார்த்தார் புன்னகைத்தார் இந்திரா

பொற்கோவில் தாக்குதலுக்கு பின் சீக்கியர்கள் இந்திராவின் மீது கோபம் கொண்டிருந்ததால் பியாந்த்சிங்கால் அவருக்கு ஆபத்து ஏற்படலாம் என்று அஞ்சினர்.

இந்திராவின் ஆலோசகர்கள் பியாந்த்சிங் கை பாதுகாப்பு குழுவில் இருந்து வெளியேற்றும்படி விடுத்த கோரிக்கைகளை இந்திரா நிராகரித்துவிட்டார்.

இந்திராவை நோக்கி நகர்ந்த பியாங்சிங் தம்மிருந்த கைத்துப்பாக்கியை எடுத்து குறிப்பார்த்தார். அதை பார்த்து இந்திரா நீ என்ன செய்கிறாய் என்று கேட்டார்.

அவர் கேட்டு முடிப்பதற்குள் அவரது அடி வயிற்றை நோக்கி மூன்று முறை பியாந்த்சிங் சுட்டார் அப்போது இந்திராவின் முகம் இறுக்கமாக அமைதியாக இருந்தது.

குண்டு பாய்ந்ததில் கீழே இந்திராவின் உடல் சரியும் முன்பே அங்கு வந்த இன்னொரு காவலரான 21 வயதான சத்வந்த்சிங் தம்மிடம் இருந்த தானியங்கி துப்பாக்கி மூலம் இந்திராவை நோக்கி சரமாரியாக சுட்டான்.

துப்பாக்கி குண்டு பாய்ந்ததில் வேகத்தில் இந்திராவின் உடல் பூமியிலிருந்து மேல் எழுந்து சுழன்று தரையில் விழுந்தது 20 வினாடி இடைவெளியில் சிறிய உடலில் 32 குண்டுகள் பாய்ந்து இருந்தன.

இந்திராவின் உடல் தரையில் விழுவதற்கு முன்பாகவே அவர் உயிரிழந்திருக்க வேண்டும் அப்போது நேரம் சரியாக காலை 11.17 மணி தரையில் விழுந்த இந்திராவின் உடல் சுமார் ஒரு நிமிடம் அப்படியே கிடந்தது.

அவரது பாதுகாவலர்கள் தரையில் சாய்ந்திருந்த நிலையில் அவருடன் வந்த மற்றவர்கள் உயிர்பிழைப்பதற்காக ஓடினார்கள்.

இந்திரா காந்தி சுட்டுக் கொல்லப்படுவதற்கு சில காலம் முன்பாக அவரது பாதுகாவலரான ஆரியன் கோ வெளியிலிருந்து குண்டு வீசிப்படுவதை தடுக்கும் வகையில் இந்திரா வீட்டு தோட்டத்தில் சில மாற்றங்களை செய்யும்படி அறிவுறுத்தி இருந்தார்.

கொலையாளிகள் என்னை கொல்ல வரும் நேரத்தில் எதுவும் உதவாது யாரெல்லாம் என்னை காக்க வேண்டிய பொறுப்பில் இருக்கிறீர்களோ அவர்கள்தான் முதலில் உயிர்பிழைப்பதற்காக தப்பி ஓடுவார்கள் என்று அப்போது இந்திரா காந்தி கூறியிருந்தார்.

ஆர்.சே.திவானும் மற்றவர்களும் அதிர்ச்சியிலிருந்து மீண்டு பார்த்தபோது பியாந்த்சிங்கு கைகளை உயர்த்தியபடி சரணடைய தயாராக நின்றனர். அவர்கள் துப்பாக்கிகளை கீழே போட்டு இருந்தனர்.

எங்களுக்கு கொடுத்த பணியை நாங்கள் செய்து முடித்து விட்டோம் இப்போது எங்களை நீங்கள் என்ன செய்ய விரும்புகிறீர்களா அதை செய்து கொள்ளுங்கள் என்று பியாந்த்சிங் ஹிந்தியில் கூறினார் அப்போது கூட கொலையாளிகளை பிடிக்க எவரும் முன்வரவில்லை.

இந்திரா காந்தியின் உடலை பார்த்து அவரது உதவியாளர்கள் அவர்களை எதையும் செய்யாமல் மற்றவர்களுக்கு சத்தமாக உத்தரவு போட்டுக் கொண்டிருந்தனர்.

இந்த சத்தத்தை கேட்டு அக்பர் சாலை அலுவலகத்திலிருந்து தினேஷ்குமார் பாட்டு என்ற பாதுகாவலர் விரைந்து வந்தார் இந்திராவின் மருத்துவர் ஓடி வந்தார்.

அவர் இந்திராவுக்கு சுவாசத்தை ஏற்படுத்த முயற்சி செய்து ஈடுபட்டிருந்தார் இந்திராவின் உடல் அருகே முழங்காலிட்டு

சோர்ந்து இருந்த ஆர். கே. தவான் அதிர்ச்சியில் இருந்து மீளாதவராக இருந்தார்.

அந்த நேரத்தில் கவுன் அணிந்திருந்த நிலையில் செருப்புக்கூட போடாமல் சோனியா காந்தி அலறி அடித்துக் கொண்டு ஓடி வந்தார் உடனடியாக காரை எடுங்கள் என்று சோனியா கூச்சலிட்டார்.

இந்திரா காந்தி உடலை தூக்கி, காரின் பின்புறத்தில் இந்திராவை வைத்து சோனியா அவரது தலையை தமது மடியில் வைத்துக் கொண்டார் எய்ம்ஸ் மருத்துவமனைக்கு காரை இயக்கும்படி ஆர்கே தவான் ஓட்டுநருக்கு ஆணையிட்டார்.

பிரதமரின் வீட்டில் இருந்து நாலு கிலோமீட்டர் தொலைவில் இருந்த அந்த மருத்துவமனைக்கு கொண்டு சென்ற போது மணி 10 ஆகிறது ஆனால் இந்திரா காந்தி உயிரோடு இருப்பதற்கான அறிகுறிகள் எதுவும் தென்படவில்லை.

இந்திராகாந்தியை சுட்ட அவர்கள் இருவரும் அருகிலுள்ள காவல் நிலையத்திற்கு அழைத்துச் செல்லப்பட்டனர் அடுத்த இருபது நிமிடத்தில் அங்கே துப்பாக்கி சுடும் சத்தம் கேட்டது. இருவரையும் அவர்கள் காவலுக்காக நிறுத்தப்பட்டு இருந்த காவலர்கள் சுட்டனர்.

இதில் பியாந்த்சிங் அந்த இடத்திலேயே உயிரிழந்தார் சத்வந்த் சிங்கிற்கு முதுகு தண்டியிலும் சிறுநீரகத்திலும் கடுமையான காயங்கள் ஏற்பட்டன.

இந்திரா காந்திக்கு உயிர் கொடுக்க மருத்துவர்களால் எதையும் செய்ய முடியவில்லை. உண்மையில் இந்திராகாந்தி சுடப்பட்டு சப்தர் ஜிங் சாலையிலுள்ள அவரது இல்லத்தின் தோட்டத்தில் விழுந்த போதே உயிர் பிரிந்திருக்க கூடும் என்று கூறப்பட்டது.